കുഞ്ഞുണ്ണിയുടെ യാത്രാപുസ്തകം

(drama)
kunjunniyude yathra pusthakam

•

ashok sasi

•

first edition
june 2019

•

typesetting & published
chintha publishers, thiruvananthapuram

•

cover
vinod mangoes

വിതരണം

ദേശാഭിമാനി ബുക്ക് ഹൗസ്

H O തിരുവനന്തപുരം-695 035
phone: 0471-2303026, 6063026
www. chinthapublishers. com
chinthapublishers@gmail. com

ബ്രാഞ്ചുകൾ

ഹെഡ്ഡാഫീസ് ബ്രാഞ്ച് കുന്നുകുഴി • സ്റ്റാച്ച്യു തിരുവനന്തപുരം • കെ എസ് ആർ ടി സി ബസ് സ്റ്റേഷൻ ആലപ്പുഴ • കെ എസ് ആർ ടി സി ബസ് സ്റ്റേഷൻ എറണാകുളം • മച്ചിങ്ങൽ ലെയ്ൻ തൃശൂർ • ഐ ജി റോഡ് കോഴിക്കോട് • മാവൂർ റോഡ് കോഴിക്കോട് • എൻ ജി ഒ യൂണിയൻ ബിൽഡിങ് കണ്ണൂർ • സെൻട്രൽ ബസ് ടെർമിനൽ കോംപ്ലക്സ് താവക്കര കണ്ണൂർ

CO - 2807 / 5071
ISBN - 978-93-88485-69-2

കുഞ്ഞുണ്ണിയുടെ യാത്രാപുസ്തകം

കേന്ദ്ര സാഹിത്യ അക്കാദമി അവാർഡു നേടിയ
എസ് ആർ ലാലിന്റെ കുഞ്ഞുണ്ണിയുടെ യാത്രാപുസ്തകം
എന്ന നോവലിന്റെ നാടകാവിഷ്കാരം

രചന

അശോക് ശശി

ചിന്ത പബ്ലിഷേഴ്സ്
തിരുവനന്തപുരം-695 035

അശോക് ശശി

മലയാള നാടകവേദിയിലെ ആദ്യ ഇരട്ട എഴുത്തുകാരും സംവിധായകരും. തിരക്കഥാകൃത്തുക്കൾ എന്ന നിലയിലും ശ്രദ്ധേയർ. വലിയ കട്ടയ്ക്കാലിൽ അനിത്തിൽ കൃഷ്ണനാശാരിയുടെയും കൃഷ്ണമ്മയുടെയും മകനാണ് കെ കെ അശോക് കുമാർ. വെഞ്ഞാറമൂട് വയ്യേറ്റ് സിതാരയിൽ വി കുട്ടൻപണിക്കരുടെയും ചന്ദ്രമതിയുടെയും മകനാണ് കെ ശശികുമാർ. അഡ്വ. വെഞ്ഞാറമൂട് രാമചന്ദ്രൻ നയിച്ച തിരുവനന്തപുരം സൗപർണികയ്ക്കു വേണ്ടി ആദ്യരചന- നാടകം *തേവാരം.* 1993-94 ൽ മികച്ച നാടകരചന, മികച്ച നാടകം ഉൾപ്പെടെ ആറ് സംസ്ഥാന അവാർഡുകൾ *തേവാരം* കരസ്ഥമാക്കി. *ദേവദൂത്, വർണ്ണ വർണ്ണ കോലങ്ങൾ, ദേവസവിധം* തുടങ്ങിയ നാടകങ്ങൾ അവതരണത്തിനും നാടകരചനയ്ക്കുമുള്ള നിരവധി സംസ്ഥാന പുരസ്കാരങ്ങൾ നേടി. *അഗ്നിസാക്ഷി, രാവണപ്രഭു, ഒറ്റക്കോലം, ആരണ്യകം, പന്തയക്കുതിര, നിർഭയ* തുടങ്ങിയ നാടകങ്ങൾക്ക് സംഗീതനാടക അക്കാദമി അവാർഡുകൾ അടക്കം നിരവധി FAS പുരസ്കാരങ്ങൾ രചനയ്ക്കും സംവിധാനത്തിനും ലഭിച്ചു.

ഇന്ത്യയിലെതന്നെ കുട്ടികളുടെ ആദ്യ നാടകവേദിയായ രംഗപ്രഭാതിനുവേണ്ടി ഇരുപതോളം നാടകങ്ങൾ എഴുതി സംവിധാനം ചെയ്തു. ഇതിൽ പല നാടകങ്ങളും ദേശീയ അന്തർദ്ദേശീയ നാടകോത്സവങ്ങളിൽ അരങ്ങേറി. ടാഗോർ കഥകളെ ആസ്പദമാക്കി രചിച്ച നാടകങ്ങളായ *കാബൂളിവാലയും മകളും, ചണ്ഡാലിക, രത്തന്റെ ലോകം* തുടങ്ങിയ നാടകങ്ങൾ ഏറെ ശ്രദ്ധിക്കപ്പെട്ടു. *കുട്ടിയും ശലഭവും, ഷഡ്ക്കാല ഗോവിന്ദമാരാർ, അന്ധൻ നായ, സ്വാമി വിവേകാനന്ദൻ, തിരുമ്പിവന്താൻ തമ്പി, അവതരണം ഭ്രാന്താലയം, ടൈഗർ* തുടങ്ങിയ നാടകങ്ങൾ സംവിധാനം ചെയ്തു. *കാബൂളിവാലയും മകളും, രത്തന്റെ ലോകം* തുടങ്ങിയ നാടകങ്ങൾ ദേശീയ നാടകോത്സവങ്ങളിൽ ശ്രദ്ധിക്കപ്പെട്ടു. ഇവർ എഴുതി സംവിധാനം ചെയ്ത *അന്ധൻ നായ* എന്ന നാടകം ഡെൽഹി അന്താരാഷ്ട്ര നാടകോത്സവത്തിൽ ഭാരതത്തെ പ്രതിനിധീകരിച്ചു. നിരവധി വേദികളിൽ അവതരിപ്പിച്ച ഈ നാടകം കുട്ടികളുടെയും മുതിർന്നവരുടെയും സദസ്സിന് ഒരുപോലെ ഹൃദ്യമായി.

സിനിമാരംഗത്തും ഈ ജോഡികളുടെ കൈയൊപ്പ് പതിഞ്ഞിട്ടുണ്ട്. *അത്ഭുതദ്വീപ്, വീരാളിപ്പട്ട്, നോവൽ, പ്ലേയേഴ്സ്* എന്നീ സിനിമകൾക്ക് തിരക്കഥ രചിച്ചു. നിരവധി ടെലിഫിലിമുകൾക്ക് സ്ക്രിപ്റ്റ് എഴുതിയിട്ടുണ്ട്.

വിലാസം : **കെ ശശികുമാർ,**
സിതാര, വയ്യേറ്റ്, വെഞ്ഞാറമൂട്,
തിരുവനന്തപുരം 695607, ഫോൺ : 9447102871
കെ കെ അശോക് കുമാർ,
അനിത്, വലിയകട്ടയ്ക്കാൽ, വെഞ്ഞാറമൂട്,
തിരുവനന്തപുരം 695607 ഫോൺ: 8281859468
E-mail : rangaprabhath@gmail.com

പ്രസാധകക്കുറിപ്പ്

കുട്ടികളുടെ മനസ്സിൽ ഇടം നേടുകയെന്ന ലക്ഷ്യത്തോടു കൂടിയാണ് ഓരോ ബാലസാഹിത്യകൃതിയും എഴുതപ്പെടുന്നത്. പക്ഷേ, പല ബാലസാഹിത്യ കൃതികൾക്കും ലക്ഷ്യം പൂർത്തീ കരിച്ചു വിജയിക്കുവാൻ കഴിയാറില്ല. മുതിർന്നവരുടെ ഭാവനാ ലോകത്തുനിന്നും കുട്ടികളുടെ അതിനിഷ്കളങ്കമായ ലോക ത്തേക്കു മാറുവാൻ തയ്യാറല്ലാത്ത സർഗ്ഗഭാവനയുയർത്തുന്ന വെല്ലുവിളികളാണ് അതിനു തടസ്സം സൃഷ്ടിക്കുന്നത്. എന്നാൽ അയത്ന ലളിതമായ ആഖ്യാനശൈലികളിലൂടെ കുട്ടികളുടെ ഭാവനകളെ തന്നോടു ചേർത്തു നിറുത്തി വിജയിച്ച എഴുത്തു കാരനാണ് എസ് ആർ ലാൽ. സ്വപ്നഭാവനകളിലൂടെ കുഞ്ഞു ണ്ണിയുടെ നടത്തുന്ന യാത്രകളാണ്, *കുഞ്ഞുണ്ണിയുടെ യാത്രാ പുസ്തകം* എന്ന ഗ്രന്ഥത്തിലൂടെ ആവിഷ്കരിച്ചിരിക്കുന്നത്. കേന്ദ്ര സാഹിത്യ അക്കാദമി അവാർഡു നേടിയ ഈ ബാലസാ ഹിത്യകൃതിയെ നാടകരൂപത്തിലാവിഷ്കരിക്കുന്നത് നാടകരം ഗത്തെ ശ്രദ്ധേയരായ അശോക് ശശിയാണ്. വേറിട്ട വായനാനു ഭവം നല്കുന്ന കൃതി എന്ന നിലയിൽ *കുഞ്ഞുണ്ണിയുടെ യാത്രാ പുസ്തകത്തിന്റെ* നാടകരൂപം ഞങ്ങൾ പ്രസിദ്ധീകരിക്കുന്നു.

ചിന്ത പബ്ലിഷേഴ്സ്

സമർപ്പണം

മാതാപിതാക്കൾക്ക്, ഗുരുക്കന്മാർക്ക്.......
അച്ചടിമഷിപുരളുന്ന ഞങ്ങളുടെ ആദ്യ കൃതിക്ക് മുഖക്കുറിപ്പ് എഴുതാൻ കഴിയാതെ അരങ്ങിൽനിന്നും ഭരതവാക്യം ചൊല്ലിയ ഞങ്ങളുടെ പ്രിയ ഗുരു പ്രൊഫ. എസ്. രാമാനുജത്തിന്....അദ്ദേഹം എഴുതാതെ എഴുതിയ ഒരു അക്ഷരത്താൾ ഇപ്പോഴും മനസ്സിലുണ്ട്... ഇനിയുള്ള നാടകയാത്രയ്ക്കുള്ള അക്ഷര വെളിച്ചം......

മുൻമൊഴി

പ്രചോദനം, പ്രയോഗം, പ്രകാശനം എന്നീ മൂന്ന് ഘട്ടങ്ങളുണ്ട് ഒരു അർത്ഥപൂർണ്ണ നാടകാവതരണത്തിന്. അതിരുകളില്ലാത്ത ഭാവനാ പ്രപഞ്ചമാണ് കുട്ടികളുടെ ലോകം. അവിടെ ആനയും ഉറുമ്പും മഴയും മഴവില്ലും മാനും മയിലുമൊക്കെ കൗതുകങ്ങൾ മാത്രമല്ല കഥാപാത്രങ്ങൾ കൂടിയാണ് അവർക്ക്. വനവും വനദേവതമാരും കടലും കടലമ്മ യുടെ കൊട്ടാരവും സ്വപ്നങ്ങളല്ല കഥകളാണവർക്ക്. അറിയാത്ത നാട്ടിലേക്ക് നിധിതേടിയുള്ള യാത്രകൾ അത്ഭുതം മാത്രമല്ല, വിജ്ഞാനവും നിറയ്ക്കും കുരുന്നുമനസ്സിൽ. കുട്ടികളുടെ മനസ്സ് ശൂന്യമായ ഒരു വെള്ളക്യാൻവാസാണ്. അവിടെ കോറിയിടേണ്ടത് നന്മയുള്ള ചിത്രങ്ങളും നിറമുള്ള സ്വപ്നങ്ങളുമാണ്. എസ് ആർ ലാലിന്റെ *കുഞ്ഞുണ്ണിയുടെ യാത്രാപുസ്തകം* എന്ന നോവൽ വായിച്ചപ്പോൾ കുട്ടികളുടെ നാടകവേദിയുടെ ലക്ഷണശാസ്ത്രമനുസരിച്ച് നാടകം ചെയ്യാനൊരു പ്രചോദനം സ്വാഭാവികം. ഒരു നാടോടിക്കഥ പോലെ മിത്തും യാഥാർത്ഥ്യവും ഇഴപിരിച്ചെടുക്കാൻ കഴിയാത്ത രീതിയിൽ ഒരു യഥാതഥ ഫാന്റസി. കുട്ടികളുടെ നാടകവേദിക്ക് തീർത്തും അനുയോജ്യമായ കഥാതന്തു. രംഗപ്രഭാതും എസ്

ആർ ലാലും നാടകാവതരണത്തിന് അനുവാദം തന്നപ്പോൾ നോവലിന്റെ നാടകരൂപം എഴുതി സംവിധാനം ചെയ്യാനുള്ള ഭാഗ്യം ഞങ്ങൾക്കുണ്ടായി. നോവലിൽനിന്നും ക്രിയാത്മകമായി നാടകരൂപത്തിലേക്ക് വഴിമാറിനടക്കാനുള്ള സ്വാതന്ത്ര്യംകൂടി നോവലിസ്റ്റ് തന്നപ്പോൾ ഒരു സ്വതന്ത്ര നാടകാവിഷ്കാരം അരങ്ങിൽ പൂർത്തീകരിക്കപ്പെട്ടു. അതാണ് *കുഞ്ഞുണ്ണിയുടെ യാത്രാപുസ്തകം* എന്ന നാടകം.

ഒരുപാടുപേരോട് നന്ദിയുണ്ട്.... രംഗപ്രഭാതിന്റെ ഭാരവാഹികൾക്ക്, അരങ്ങിലും അണിയറയിലും പ്രവർത്തിച്ച കലാകാരന്മാർക്ക്... പുലരുവോളം നാടകറിഹേഴ്സലിൽ പങ്കെടുത്ത ഞങ്ങളുടെ കുഞ്ഞു കലാകാരന്മാർക്ക്, ഒപ്പംകൂടിയ രക്ഷകർത്താക്കൾക്ക്, സുഹൃത്തുക്കൾക്ക്, കുടുംബാംഗങ്ങൾക്ക് സർവ്വോപരി നാടകാനുവാദം തന്ന ലാലിന്...

അശോക് ശശി

സ്ഥലം - കൊടിതൂക്കിക്കുന്ന്
സമയം - സന്ധ്യ

(പട്ടം പറത്തിക്കളിക്കുന്ന കുട്ടികൾ. അവർ പാട്ടുപാടി നൃത്തം ചെയ്യുന്നുണ്ട്. അവർക്കിടയിൽ ജീവനും സച്ചിനും കമലും. ഒരേ പ്രായക്കാർ, സ്കൂൾ വിദ്യാർത്ഥികൾ. അനാഥർക്കായി ആബേലച്ചൻ നടത്തിവരുന്ന സ്നേഹഭവനിലെ അന്തേവാസികളാണ് ഒൻപതാം ക്ലാസുകാരായ ജീവനും സച്ചിനും.

ഗാനത്തിന്റെ ഉച്ചസ്ഥായിയിൽ പരിസരം മറന്ന് തുള്ളിച്ചാടുന്ന കുട്ടികൾ.)

ജീവൻ : *(പെട്ടെന്ന് സമയത്തെക്കുറിച്ച് ബോധവാനാകുന്നു)* സച്ചിൻ.. നമുക്ക് ഇന്നെങ്കിലും തിരിച്ച് പോണം...

സച്ചിൻ : *(കളിയുടെ ലഹരിയിൽ)* തിരിച്ച് പോകാനോ... എവിടേക്ക്..

ജീവൻ : എവിടേക്കെന്നോ... സ്നേഹഭവനിലേക്ക്..

സച്ചി : ഇല്ല. ഈയൊരു രാത്രികൂടിയല്ലേയുള്ളൂ നമ്മൾ ഒരുമിച്ച്. അത് ഈ കൊടിതൂക്കിക്കുന്നിൽ തന്നെയാവട്ടേ.... അല്ലേടാ കമലേ.....

കമൽ : *(കമൽ നൃത്ത ലഹരിയിൽ)* യസ്... കമോൺ ഡാൻസ് അണ്ണാ.. *(കുട്ടികൾ ഒരുമിച്ച് വീണ്ടും പാട്ട് പാടുന്നു. അവർക്കിടയിൽനിന്ന് സച്ചിനെ പിടിച്ച് വലിച്ച് കൊണ്ടു വരുന്ന ജീവൻ)*

ജീവൻ : എടാ സച്ചിനേ നീ മറന്നോ.. ഇന്നാ ആബേലച്ചൻ ടൂറ് കഴിഞ്ഞ് മടങ്ങിവരുന്നത്, സ്നേഹഭവനീന്ന് ചാടിപോന്നതിന് ശിക്ഷ ഉറപ്പാ.... നീ നോക്കിക്കോ..

സച്ചി : ജീവാ... ഞാൻ നാളെ പോവല്ലേടാ.. പിന്നെ നമ്മൾ ഇനി എന്നാ കാണുക. അതുകൊണ്ടാ ഞാൻ പറഞ്ഞത് ഈ രാത്രി നമ്മൾ ഒരുമിച്ച് ഇവിടെ... അതിന് എന്ത് ശിക്ഷയും ഞാൻ ഏറ്റുവാങ്ങിച്ചോളാം...

(വീണ്ടും പാട്ടിലും നൃത്തത്തിലും ലയിക്കുന്ന കുട്ടികൾ. അവർക്കൊപ്പം ആകാശത്ത് നൃത്തംചെയ്യുന്ന പട്ടങ്ങളും. നാട്ടുവഴിയിൽ വീഴുന്ന ടോർച്ചിന്റെ വെളിച്ചം. അതിന് പിന്നാലെ നടന്നുവരുന്ന ആബേലച്ചനും പ്രഭാകരനും കമലിന്റെ മുത്തശ്ശിയും. സ്നേഹഭവൻ എന്ന അനാഥാലയത്തിന്റെ ഡയറക്ടറാണ് ആബേലച്ചൻ, കാരുണ്യവാനായ ഒരു മനുഷ്യ

സ്നേഹി. പ്രഭാകരൻ ആബേലച്ചന്റെ സഹായിയാണ്. മദ്ധ്യവയസ്കൻ. കമലിന്റെ മുത്തശ്ശി രണ്ടാളെയും നയിച്ചുകൊണ്ട് കൊടിതൂക്കിക്കുന്നിലേക്ക് കയറുന്നു)

മുത്തശ്ശി : വന്നോളു.. വന്നോളു.... ദേ ആ കാണുന്നതാ കൊടിതൂക്കിക്കുന്ന്.. അങ്ങോട്ടാ.. ആ കുഞ്ഞുങ്ങൾ പോയത്. എന്റെ പേരക്കുട്ടിയോടൊപ്പം.

(ഇരുളിൽ മറഞ്ഞുതുടങ്ങുന്ന കൊടിതൂക്കിക്കുന്നിലേക്ക് നോക്കി ഭയപ്പെടുന്ന പ്രഭാകരൻ)

പ്രഭാകരൻ : അച്ചോ.. കൊടിതൂക്കിക്കുന്ന് മനസ്സിലായില്ലേ.... കൊടിതൂക്കിക്കുന്ന്..

ആബേലച്ചൻ: പ്രഭാകരാ....

പ്രഭാകരൻ : *(വർദ്ധിത കോപത്താൽ)* നല്ല അടികൊടുക്കണമച്ചോ..... നല്ല അടികൊടുക്കണം... അഹങ്കാരികൾ. അച്ചനില്ലാത്ത നേരത്ത് അച്ചനില്ലാത്ത അവന്മാരെ അച്ചനല്ലാത്ത ഞാൻ കണ്ണിലെ കൃഷ്ണമണി പോലെയല്ലേ നോക്കിയത്. എന്നിട്ടും എന്റെ കണ്ണും വെട്ടിച്ചല്ലേ അവന്മാര് കടന്ന് കളഞ്ഞത്. അടികൊടുക്കണം അച്ചോ... നല്ല അടി കൊടുക്കണം.

(സ്നേഹഭവനിൽനിന്നും കൊടിതൂക്കിക്കുന്നിലേക്ക് ഒളിച്ച് കടന്നതിന് സച്ചിനും ജീവനും തല്ല് വാങ്ങിക്കൊടുക്കാനുള്ള തയ്യാറെടുപ്പിലാണ് പ്രഭാകരൻ)

(പ്രഭാകരനെ ശാസിക്കുന്ന ആബേലച്ചൻ)

ആബേലച്ചൻ: തനിക്കാ തല്ലിന്റെ ആവശ്യം.. കണ്ണുവെട്ടിച്ച് പോയത്രേ...

പ്രഭാ : *(ചമ്മലോടെ)* അതുപിന്നെ അച്ചോ... ഞാൻ പാചകത്തിനായി അടുക്കളയിലോട്ട് കയറിയപ്പോ...

ആബേ : പാചകത്തിനോ... അതോ.. അരിയും സാമാനങ്ങളും കക്കാനോ...

(മുത്തശ്ശി ചിരിക്കുന്നു)

പ്രഭാ : *(ദേഷ്യത്തോടെ)* തള്ളേ... *(ദയനീയമായി)* അച്ചോ...

മുത്തശ്ശി : നല്ല കുഞ്ഞുങ്ങളാ... അവർ.. ജീവനും സച്ചിനും നല്ല തങ്കപ്പെട്ട കുട്ടികൾ. ഒന്ന് ശാസിച്ചാ മതിയാകും അച്ചോ...

(പാട്ട് പാടി നൃത്തം ചെയ്ത് പട്ടവും പറത്തി കുന്നിറങ്ങി വരുന്ന കുട്ടികൾ അവർക്കിടയിൽനിന്ന് സച്ചിനേയും ജീവനേയും കമലിനേയും പിടിച്ച് വലിച്ച് ആബേലച്ചന്റെ മുന്നിലേക്ക് കൊണ്ട് വരുന്ന പ്രഭാകരൻ. രക്ഷപ്പെടാൻ ശ്രമിക്കുന്ന കുട്ടികൾ)

ആബേ : നില്ക്കവിടെ... *(മൂന്ന് കുട്ടികളും ബ്രേക്കിട്ടതുപോലെ നില്ക്കുന്നു)* നിങ്ങൾ ആരോട് ചോദിച്ചിട്ടാ.. സ്നേഹഭവനീന്ന് പുറത്ത് ചാടിയത്. *(കുട്ടികളുടെ മൗനം)* സച്ചിൻ നിന്നെ അമേരിക്കയ്ക്ക് കൊണ്ടുപോകാൻ നാളെയാ നിന്റെ സ്പോൺസേഴ്സ് വരുന്നത് മറന്നോ.. മറന്നോന്ന്...

പ്രഭാ : *(തന്റെ ഷർട്ടിനുള്ളിൽ ഒളിപ്പിച്ചിരിക്കുന്ന ചൂരൽ എടുത്ത് അച്ചന് നീട്ടികൊണ്ട്)* അടികൊടുക്കണം അച്ചോ... അടികൊടുക്കണം. നല്ല ഒന്നാന്തരം ചൂരലാണച്ചോ.... (ചൂരൽ വാങ്ങുന്ന അച്ചൻ, കുട്ടികളുടെ ഭയം, മുത്തശ്ശിയുടെ പരിഭ്രമം)

മുത്തശ്ശി : അങ്ങനെ അച്ചൻ ഈ കുഞ്ഞുങ്ങളെ തല്ലുകയാണെങ്കിൽ എന്റെ പേരക്കുട്ടിയാണെന്നൊന്നും നോക്കണ്ട ദേ ഇവനേം ചേർത്ത് തല്ലിക്കോ...

(കമലിനെ അച്ചന്റെ മുന്നിലേക്ക് നീക്കി നിർത്തുന്ന മുത്തശ്ശി)

കമൽ : *(ഭയത്തോടെ)* മുത്തശ്ശീ...

ആബേ : അതിന് ഇവൻ സ്നേഹഭവനിലെ അന്തേവാസിയല്ലല്ലോ.... തെറ്റുചെയ്തത് ഇവൻമാരല്ലയോ *(സച്ചിനും ജീവനും കുറ്റബോധം)*

പ്രഭാ : അഹങ്കാരികൾ.... *(ആവേശത്തോടെ)* അടികൊ

ടുക്കണം അച്ചോ... അടികൊടുക്കണം...

ആബേ : *(സച്ചിനോടും ജീവനോടുമായി)* ങും ഇങ്ങോട്ട് മാറിനില്ക്ക്... നിങ്ങളിൽ ആരാ ഈ യാത്ര പ്ലാൻ ചെയ്തത്. അവർക്കാ ശിക്ഷ *(സച്ചിന്റേയും ജീവന്റേയും പരുങ്ങൽ)* ചോദിച്ചത് കേട്ടില്ലേ ആരാ ഈ യാത്ര പ്ലാൻ ചെയ്തതെന്ന്

(സച്ചിൻ വിക്കി വിക്കി മറുപടി പറയാൻ തുടങ്ങുന്നു)

സച്ചി : അത്

ജീവ : *(പെട്ടെന്ന്)* ഞാനാ...

സച്ചി : അല്ല അച്ചോ... ഞാനാ.

ജീവ : സച്ചിൻ വെറുതേ പറയുകയാ അച്ചോ, ഞാനാ... നാളെ ഇവനേംകൊണ്ട് അവര് അമേരിക്കയ്ക്ക് പോവുകയല്ലേ... പിന്നെ ഇവനെ എനിക്ക് കാണാനേ കിട്ടില്ലല്ലോ അച്ചോ... അതുകൊണ്ട് ഞാനാ അച്ചോ സച്ചിനെ നിർബ്ബന്ധിച്ച് ഇവിടേക്ക് കൊണ്ടുവന്നത്. അങ്ങനാ ഈ രാത്രി ഞങ്ങൾ എല്ലാവരും കൂടി... ഇങ്ങനെ *(അറിയാതെ ഒന്ന് തേങ്ങിപ്പോകുന്ന ജീവൻ)*

സച്ചി : ജീവാ.... ജീവാ.... *(ജീവനെ ആശ്വസിപ്പിക്കുന്ന സച്ചിൻ)*

ആബേ : *(രണ്ടുപേരുടേയും സ്നേഹബന്ധത്തിന്റെ ആഴം മനസ്സിലാക്കുന്ന ആബേലച്ചൻ അവരെ ചേർത്ത് പിടിക്കുന്നു)* മക്കളെ നിങ്ങൾ നല്ല കുട്ടികൾ മാത്രമല്ല നല്ല കൂട്ടുകാരുമാണെന്ന് എനിക്ക് മനസ്സിലായി. എന്നാലും എന്റെ അനുവാദം കൂടാതെ നിങ്ങൾ പുറത്ത് പോകാൻ പാടില്ലായി രുന്നു.

പ്രഭാ : പാടില്ലായിരുന്നു.

ആബേ : അതിനുള്ള ശിക്ഷ നിങ്ങൾക്ക് കിട്ടിയേപറ്റൂ...

പ്രഭാ : അടികൊടുക്കണമച്ചോ... അടികൊടുക്കണം

മുത്തശ്ശി : എന്ത് ശിക്ഷയാണച്ചോ... *(മുത്തശ്ശിയുടെ പരിഭ്രമം)*

ആബേ : ശിക്ഷയോ *(കുട്ടികളുടെ ഉൽക്കണ്ഠ)*

പ്രഭാ : *(ആവേശത്തോടെ)* ശിക്ഷയോ..

ആബേ : നിങ്ങൾ നേരത്തെ പാടിയ ആ പാട്ടില്ലേ അത് ഒന്നൂടി പാടിക്കേ....

(കുട്ടികളുടെയും മുത്തശ്ശിയുടേയും സന്തോഷം)

പ്രഭാ : *(നിരാശയോടെ)* അച്ചോ. അടി..

(ആബേലച്ചൻ തന്റെ കൈയിലിരിക്കുന്ന വടി പ്രഭാകരന്റെ നേർക്ക് ഓങ്ങുന്നു. ഓടുന്ന പ്രഭാകരൻ, കുട്ടികൾ പാട്ട് തുടരുന്നു. അച്ചനും മുത്തശ്ശിയും അവർക്കൊപ്പം കൂടുന്നു. ആകാശത്തേക്കുയരുന്ന പട്ടങ്ങൾ, കുട്ടികളുടെ ആർപ്പുവിളികൾ, കൊടി തൂക്കിക്കുന്നിനെ ഇരുൾ മറയ്ക്കുന്നു. വെളിച്ചം പൊലിയുന്നു.)

രംഗം 2
സ്ഥലം - സ്നേഹഭവൻ

സമയം - രാത്രി

(കിടപ്പ് മുറിയിൽനിന്നും ഉയർന്ന് കേൾക്കുന്ന ജീവന്റെ നിലവിളി- കൈയിൽ ബ്രാംസ്റ്റേക്കറുടെ ഡ്രാക്കുള എന്ന നോവൽ. നിലവിളികേട്ട് അവിടേക്ക് ഓടിയെത്തുന്ന ആബേലച്ചനും പ്രഭാകരൻ പിള്ളയും അപ്പോഴും കിതപ്പോടെ പേടിച്ച് വിറച്ച് നില്ക്കുന്ന ജീവൻ. അവൻ മറ്റൊരു ലോകത്താണ്)

ജീവൻ : അച്ചോ... അച്ചോ.....

ആബേ : എന്താ മോനെ എന്തിനാ നിലവിളിച്ചത്?

ജീവ : *(ചുറ്റുപാടും എന്തോ വീക്ഷിച്ചുകൊണ്ട്)* ദേവവ്വാൽ. *(ചുറ്റാകെ നോക്കുന്ന ആബേലച്ചനും പ്രഭാകരനും മറ്റൊന്നും കാണുന്നില്ല ശൂന്യമായ പരിസരം. ഇരുളിന് കനം കൂടുന്നു)*

പ്രഭാ : വവ്വാലോ.... പോയി കിടന്ന് ഉറങ്ങടാ ചെക്കാ...

(ഉറക്കം നഷ്ടപ്പെട്ടതിന്റെ ദേഷ്യം അയാൾക്ക്)

ആബേ : *(ആകാംക്ഷയോടെ)* എന്താ എന്ത് പറ്റി?

ജീവൻ : ഡ്രാക്കുള വവ്വാലിന്റെ രൂപത്തിൽ. ഇതാ പതുങ്ങി പതുങ്ങി *(ഒരു ഫാന്റസിയിലെന്നോണം ചലിക്കുന്നു. അടിമുടി വിറയ്ക്കുന്ന ജീവൻ)*

പ്രഭാ : *(ഭയത്തോടെ)* അച്ചോ... ചുഴലിയാണെന്ന് തോന്നുന്നു.

ആബേ : എന്താ എന്താ കുഞ്ഞേ...... *(അച്ചൻ ഡ്രാക്കുള പുസ്തകം കാണുന്നു)* കാര്യം മനസ്സിലായി. ഇപ്പോ കാര്യം എന്താന്ന് മനസ്സിലായി *(ഡ്രാക്കുള നോവൽ എടുക്കുന്നു)*

പ്രഭാ : എന്താ... അച്ചോ.. അത്

ആബേ : ഡ്രാക്കുള

പ്രഭാ : ഇടിക്കുളയോ..

ആബേ : ഡ്രാക്കുള, *ഡ്രാക്കുള* നോവൽ. മനുഷ്യരക്തം കുടിക്കുന്ന പ്രേതാത്മാവ് അതാണ് ഡ്രാക്കുള. ഞാൻ പറഞ്ഞിട്ടില്ലേ ജീവാ ഇത്തരം പുസ്തകങ്ങളൊന്നും ഇപ്പഴേ വായിക്കരുതെന്ന്. *(അപ്പോഴും പേടിയിൽ നിന്നും മുക്തിനേടാനാവാതെ നില്ക്കുന്ന ജീവൻ)*

പ്രഭാ : പേടിക്കാൻ വേണ്ടി പുസ്തകം വായിക്കുക നല്ല കഥ.

ജീവ : അത് അച്ചോ....

ആബേ : എനിക്കറിയാം ഗീതടീച്ചർ എന്നോട് പറഞ്ഞിട്ടുണ്ട് പ്രേതകഥകളും കുറ്റാന്വേഷണക്കഥകളും സഞ്ചാരസാഹിത്യവുമൊക്കെയാ തനിക്കിഷ്ടമെന്ന്. അത് വായിക്കുമ്പോൾ താൻ മറ്റൊരു ലോകത്തെത്തുമെന്ന്. ഭാവനയുടെ മറ്റൊരു ലോകത്തേക്ക്. അതല്ലേ കുഞ്ഞേ സത്യം.

ജീവ : അതേ അച്ചോ..

ആബേ : പ്രഭാകരാ ആ സച്ചിൻ പോയേപിന്നെ എന്റെ കുട്ടിയങ്ങൊറ്റയ്ക്കായി. പുതിയൊരു കുട്ടി വരുന്നതുവരെ താനിവിടെക്കിടന്നോണം ജീവനൊരു കൂട്ടായി.

പ്രഭാ : *(പ്രഭാകരന്റെ ധർമ്മ സങ്കടം)* അതുപിന്നെ അച്ചോ... അടുക്കളേല്

ആബേ : ഈ അസമയത്ത് എന്താടോ തനിക്കടുക്കളേല് കാര്യം ഇവിടെ കിടന്നാ... മതി. *(ജീവനെ ചേർത്ത് പിടിക്കുന്നു)* പ്രൈസ് ദ ലോഡ്... കുഞ്ഞേ കർത്താവ് കൂട്ടിനുണ്ടാകും.

പ്രഭാ : എന്നാ പിന്നെ അത് പോരെ അച്ചോ....

ആബേ : താനിവിടെ കിടന്നാ മതി... *(പുറത്ത് പട്ടികളുടെ കുരച്ചിൽ പുറത്തേക്ക് നോക്കി ശാസനയോടെ നീട്ടിവിളിക്കുന്ന അച്ചൻ)* കൈസർ, ടോമി, ഷെർഷാ,,

പ്രഭാ : *(അച്ചൻ പോയ ഭാഗത്തേക്ക് നോക്കി)* ആരാടാ അവിടെ കുരയ്ക്കുന്നത്.... *(ജീവനോടായി)* അച്ചൻ പറഞ്ഞിട്ട് പോയത് കേട്ടല്ലോ... ഇനി ഞാനാണ് നിന്റെ ബോസ്. ഞാൻ പറയുമ്പോൾ കിടന്നോണം. മനസ്സിലായില്ലേ. ഞാൻ പോയി പായും തലയിണയുമായി വരുമ്പോ ഉറങ്ങിക്കോണം. അല്ലാതെ പ്രേതകഥയും വായിച്ച് ഇവിടെക്കിടന്ന് കൂകി വിളിച്ചാൽ പച്ച വെള്ളം തരില്ല. മനസ്സിലായല്ലോ... എന്തിനാടോ തുറിച്ച് നോക്കണത്. ഞാൻ തരണ കഞ്ഞീം പയറും നിനക്ക് പുച്ഛം (പുറത്തേക്ക് നടക്കാൻ തുടങ്ങുന്ന പ്രഭാകരൻ പെട്ടെന്ന് *ഡ്രാക്കുള* പുസ്തകം കാണുന്നു. അയാളുടെ ഞെട്ടൽ)

പ്രഭാ : അയ്യോ... *(നിലവിളിച്ചുകൊണ്ട് പുസ്തകമെടുത്ത് ജീവന്റെ നേർക്ക് എറിയുന്നു)* നശിച്ച ഒരോരോ

പുസ്തകങ്ങൾ. മനുഷ്യനെ പേടിപ്പിക്കാൻ... *(പുറത്തേക്ക് നടന്ന് മറയുന്ന പ്രഭാകരൻ. പുസ്തകമെടുത്ത് നോക്കുന്ന ജീവൻ. പുറത്ത് പട്ടികളുടെ ഓരിയിടലും കടവാവലുകൾ പറക്കുന്നതിന്റേയും ഒച്ച അതിൽ ഉയർന്ന് കേൾക്കുന്ന പ്രഭാകരന്റെ ശബ്ദം)* കൈസർ, ടോമി, ഷെർഷാ. ഫാ.. കെടന്ന് കൊരക്കാതെ പട്ടി.. എന്തിനാ കെടന്ന് ഓരിയിടുന്നത് *(വീണ്ടും കേൾക്കുന്ന പട്ടികളുടെ ഓരിയിടൽ. പുസ്തകത്തിലേക്ക് പിന്നെയും നോക്കുന്ന ജീവൻ. അവന്റെ മുഖത്ത് ഭയം. പേജുകൾ മറിച്ച്കൊണ്ട് വായന തുടരുന്നു.)*

ജീവൻ : നരിച്ചീറിന്റെ രൂപത്തിൽ ഡ്രാക്കുള ആ ശവക്കല്ലറയിൽ പറന്നിറങ്ങി. ഇരുളിലും ആ കണ്ണുകൾ ചുമന്ന് തിളങ്ങി, ശവക്കല്ലറ രണ്ടായി തുറക്കപ്പെടുന്നു. ശവം. ശവം. *(നിയന്ത്രണം വിട്ട് നിലവിളിക്കുന്ന ജീവൻ നരിച്ചീറുകളുടേയും ചീവീടുകളുടേയും ശബ്ദം. പിന്നിൽ പ്രത്യക്ഷപ്പെടുന്ന കടവാവലുകളുടെ രൂപങ്ങൾ. ജീവന്റെ പേടി വർദ്ധിക്കുന്നു)*

ജീവൻ : *(പുസ്തകത്തിലേക്ക് നോക്കി)* ശവം.. അഴുകിയ ആ ശവം, നരിച്ചീറുകൾ ഭക്ഷിക്കാൻ തുടങ്ങി...

(അസഹ്യതയോടെ നിലവിളിച്ചുകൊണ്ട് തിരിയുന്ന ജീവൻ, അവന്റെ ചുറ്റും ചിറകടിച്ച് പറക്കുന്ന കടവാവലുകൾ. ഉയരുന്ന നിലവിളി. കടവാവലുകൾ അപ്രത്യക്ഷമാകുന്നു. പുറത്തേക്ക് ഓടാൻ തുടങ്ങുമ്പോൾ കടവാവലിനെപ്പോലെ കരിമ്പടവും ചുറ്റി ഡ്രാക്കുളയെപ്പോലെ തോന്നിപ്പിക്കുന്ന ഒരു വൃദ്ധന്റെ അവ്യക്തരൂപം അത് കണ്ട് വീണ്ടും നിലവിളിക്കുന്ന ജീവൻ)

വൃദ്ധൻ : വാ.. കുഞ്ഞേ... വാ.....

ജീവൻ : അയ്യോ അച്ഛോ... *(നിലവിളി)* *(പേടിച്ച് പിന്നി*

ലേക്ക് നിലവിളിച്ചുകൊണ്ടോടുന്ന ജീവൻ. അവന്റെ നിലവിളി കേട്ട് വരുന്ന ആബേലച്ചനും പിന്നാലെ പ്രഭാകരനും അയാളുടെ കൈയിൽ പായും തലയിണയും)

ആബേ : എന്താ..എന്താ ജീവൻ.

ജീവൻ : *(ഭയന്ന മുഖത്തോടെ വൃദ്ധനെചൂണ്ടി)* അച്ചോ.. ഡ്രാക്കുള..

ആബേ : *(ഒരു നിമിഷം ഞെട്ടലോടെ അച്ചൻ വൃദ്ധന് നേരെ കുരിശ് പിടിക്കുന്നു.)* വേണ്ട.. വേണ്ട... ആബേലച്ചനോട് വേണ്ട. പോ...... പോ.........

പ്രഭാ : ഡ്രാക്കുളയോ...

വൃദ്ധൻ : *(തന്റെ തലയിൽ മൂടിയിരിക്കുന്ന കരിമ്പടം മാറ്റിക്കൊണ്ട്)* ഇത് ഞാനാ അച്ചോ. *(വൃദ്ധനെക്കണ്ട് യാഥാർത്ഥ്യം മനസ്സിലാക്കുന്ന അച്ചൻ അറിയാതെ പൊട്ടിച്ചിരിച്ച് പോകുന്നു. നിറുത്താതെയുള്ള അച്ചന്റെ ചിരികണ്ട് ഒന്നും മനസ്സിലാകാതെ പരസ്പരം നോക്കുന്ന ജീവനും പ്രഭാകരനും)*

ആബേ : മക്കളേ... ഇത് ഡ്രാക്കുളയൊന്നുമല്ല കുഞ്ഞുണ്ണിയാ.. കുഞ്ഞുണ്ണി. താനങ്ങുപേടിപ്പിച്ച് കളഞ്ഞല്ലോടാ........ പണ്ട് എന്നോടൊപ്പം അങ്ങ് കോഴിക്കോട്ടുണ്ടായിരുന്നു... *(അമ്പരപ്പ് മാറാത്ത മുഖവുമായി കുഞ്ഞുണ്ണിയെ നോക്കുന്ന ജീവൻ)*

പ്രഭാ : *(പേര് പറഞ്ഞ് പഠിക്കുന്നതുപോലെ)* കുഞ്ഞുണ്ണി... ഇത്രയും വലിയ കുഞ്ഞുണ്ണിയാ.....

ആബേ : ഇനിയിപ്പം കുഞ്ഞുണ്ണിയാ ഇവിടുത്തെ വാച്ച്മാൻ.

കുഞ്ഞുണ്ണി : ട്രെയിൻ ലേറ്റായി,, അതാ അച്ചോ ഈ അസമയത്ത്..

ആബേ : അതൊന്നും സാരമില്ല, താൻ വല്ലതും കഴിച്ചാരുന്നോ.... പ്രഭാകരാ.....

പ്രഭാ : അച്ചോ... സമയം ഇപ്പോ എത്രയായെന്നാ വിചാരം?

കുഞ്ഞു : ഞാൻ കഴിച്ചതാ അച്ചോ....

ആബേ : അത് നന്നായി നാവിന് രുചിയുള്ളത് വല്ലതും കഴിക്കാൻ പറ്റിയല്ലോ.... ആ പ്രഭാകരാ.. ആ പായും തലയിണയും ഇങ്ങ് കൊടുത്തേക്ക് കുഞ്ഞുണ്ണി, താൻ ഇന്ന് മുതൽ ഇവിടെ കിടന്നോണം ഈ കുട്ടിക്കൊരു കൂട്ടായി..... പറയാൻ മറന്നു അനാഥരായ കുഞ്ഞുങ്ങളാണല്ലോ ഇവിടെത്തെ അന്തേവാസികൾ. അതിലൊരാളാ.. ജീവൻ *(ജീവനെപ്പിടിച്ച് മുന്നിലേക്ക് നിർത്തുന്ന ആബേലച്ചൻ)*

(കുഞ്ഞുണ്ണി അടുത്തേക്ക് വരുമ്പോൾ പേടിച്ച് പിന്നിലേക്ക് മാറുന്ന ജീവൻ. പെട്ടെന്ന് ഒരു മാന്ത്രികനെപ്പോലെ അന്തരീക്ഷത്തിൽനിന്ന് പൂവെടുത്ത് ജീവന് നേർക്ക് നീട്ടുന്ന കുഞ്ഞുണ്ണി. മറ്റുള്ളവരുടെ മുഖങ്ങളിൽ വിസ്മയം)

കുഞ്ഞു : വാങ്ങിച്ചോളു കുട്ടിയേ... ങ്ും വാങ്ങിച്ചോളു...

ആബേ : വാങ്ങിച്ചോ ജീവൻ.. *(മടിച്ച് മടിച്ച് കുഞ്ഞുണ്ണിയുടെ കൈയിൽനിന്നും പൂവ് വാങ്ങുന്ന ജീവൻ)*

പ്രഭാ : *(സംശയത്തോടെ)* അന്തരീക്ഷത്തിൽനിന്നും പൂവോ.....

ആബേ : കുഞ്ഞുണ്ണിക്ക് ഇങ്ങനെ കുറേ ചെപ്പടി വിദ്യകളൊക്കെ അറിയാം. അല്ല കാണാൻ പോകുന്ന പൂരമെന്തിനാ പറഞ്ഞറിയിക്കുന്നത്. *(പ്രഭാകരനോട്)* ങാ... താൻ വന്നേ...

പ്രഭാ : ശരിക്കും വായുവിൽ നിന്നാണോ പൂവെടുത്തത്?

കുഞ്ഞു : കണ്ടതല്ലേ....

പ്രഭാ : ചുമ്മാ.....

കുഞ്ഞു : ഉമ്മ... *(പ്രഭാകരന്റെ ചമ്മൽ)*

ആബേ : *(ഡ്രാക്കുള നോവൽ എടുത്തുകൊണ്ട്)* ങാ.. ഇന്നി നിയിപ്പോ വായനയൊന്നും വേണ്ട.

പ്രഭാ : അത് നന്നായി... ഏതെങ്കിലും ഒരു ഡ്രാക്കുള മതി യല്ലോ...

(ആബേലച്ചനും പ്രഭാകരനും പുറത്തേക്ക് നടക്കുന്നു. പുറത്ത് പട്ടികളുടെ ഓരിയിടൽ ആബേലച്ചന്റെ ശാസനാ സ്വരം).

(അരങ്ങിൽ കുഞ്ഞുണ്ണിയും ജീവനും മാത്രം)

കുഞ്ഞു : *(വാത്സല്യത്തോടെ)* വാ കുഞ്ഞേ... വാ...

ജീവൻ : നിങ്ങളെക്കാണുമ്പോൾ എനിക്ക് പേടിയാവുന്നു.

കുഞ്ഞു : *(ചിരിക്കുന്നു)* എന്നെയോ... ഈ വൃദ്ധനെ കാണു മ്പോഴോ.. എന്നാൽ നിന്റെ പേടിമാറ്റാൻ ഈ കുഞ്ഞുണ്ണിയമ്മാവൻ ഒരു പാട്ടുപാടിത്തരാം. *(ജീവനെചേർത്ത് പിടിക്കുന്ന കുഞ്ഞുണ്ണി പാടി ത്തുടങ്ങുന്നു)*

(പാട്ട്) നിധിയിരുക്കെ നിധിയിരുക്കെ
മണിമലകുന്നിലും നിധിയിരുക്കെ
നിധിയിരുക്കെ നിധിയിരുക്കെ
മാറാംകുന്നിലും നിധിയിരുക്കെ
നിധിയിരുക്കെ നിധിയിരുക്കെ
മണിമലക്കുന്നിലും മാറാംകുന്നിലും നിധിയിരുക്കെ
കഥയുടെ നിധി കനവുചെയ്തിടാം
നിധിയുടെ കഥ കുഴിച്ചെടുത്തിടാം
നിധിയുടെ..... കഥ കഥയുടെ.... നിധി *(പാട്ടിൽ വെളിച്ചം പൊലി യുന്നു)*

രംഗം 3
സ്നേഹഭവൻ മറ്റൊരു രാത്രി

(പായസം കുടിച്ചുകൊണ്ടിരിക്കുന്ന ജീവൻ, അവനിപ്പോൾ സന്തോഷത്തിലാണ്. പച്ചക്കറിയും മറ്റുമായി പുറത്തുനിന്നും

വരുന്ന പ്രഭാകരൻ. പ്രഭാകരൻ ജീവനെ നോക്കുന്നു പ്രഭാകരനെ ശ്രദ്ധിക്കാതെ രുചിയോടെ പായസംകുടി തുടരുന്ന ജീവൻ)

പ്രഭാ : എന്തോന്നാടേ.. ആർത്തിയോടെ വലിച്ച് കേറ്റുന്നത്.. അടുക്കളേന്ന് എന്തേലും കട്ടോ നീ.....

ജീവൻ : പിന്നെ കട്ട് തിന്നാൻ പറ്റിയ സാധനമല്ലേ അതിനകത്ത്. *(കൈയിലിരിക്കുന്ന പായസക്കപ്പ് പ്രഭാകരന് നേരെ ചൂണ്ടി)*.. ഇതേ കുഞ്ഞുണ്ണിയമ്മാവൻ ഉണ്ടാക്കിയ പായസമാ.. ശർക്കരേം അരീമൊക്കെ ചേർത്ത്. ഹോ സൂപ്പർ.

പ്രഭാ : നീ കുഞ്ഞുണ്ണിയമ്മാവന്റെ പായസോം കുടിച്ചോണ്ട് നടന്നോ.. നിനക്ക് അറിയോ അയാളൊരു ചെപ്പടിവിദ്യക്കാരൻമാത്രമല്ല മായാവിയാണ്.... ആടിനെ പട്ടിയാക്കും. പട്ടിയെ പൂച്ചയാക്കും. നിന്നെ അവസാനം ഒരു പൂച്ചയാക്കി അയാള് കൊണ്ടുപോകാതെ നോക്കിക്കൊ.. *(ജീവനെ ഭയപ്പെടുത്താനുള്ള പ്രഭാകരന്റെ ശ്രമം)*

ജീവ : മനസ്സിലായില്ല.

പ്രഭാ : എടാ അയാൾ കൂട് വിട്ട് കൂട് മാറുന്ന ഒടിയനാണ്. *(പുറത്ത് കാക്കകളുടെ ശബ്ദം അവിടേക്ക് നോക്കുന്ന പ്രഭാകരൻ എന്തോ കണ്ടെത്തിയതുപോലെ)* ദേ നോക്ക്.. കറുത്ത കാർമേഘം നിലത്തേക്ക് ഇറങ്ങിവന്നതുപോലെ കാക്കകൾ. അതും ഈ രാത്രിയിൽ. അവയ്ക്ക് നടുവിൽ നില്ക്കുന്നതാരാണെന്ന് നീ കണ്ടോ.. *(ജീവൻ ആ കാഴ്ച കാണുന്നു)*

ജീവ : കുഞ്ഞുണ്ണിയമ്മാവൻ

പ്രഭാ : *(പുച്ഛത്തോടെ)* അമ്മാവനോ... ഒടിയനാ അയാൾ.. ഒടിയൻ നീ സൂക്ഷിച്ചോ... *(ഭയത്തോടെ മുറിവിട്ട് പോകുന്ന പ്രഭാകരൻ) (പുറത്ത് കാക്കകളുടെ ശബ്ദം. അവയ്ക്ക് നടുവിൽ*

കുഞ്ഞുണ്ണി. കുഞ്ഞുണ്ണി കാക്കകളോട് പോ പോ എന്ന് ആംഗ്യം കാണിക്കുന്നു. അയാളുടെ ആജ്ഞ അനുസരിച്ച് പറന്നുപോകുന്ന കാക്കകൾ ജീവന്റെ അരികിലേക്ക് വരുന്ന കുഞ്ഞുണ്ണി. പുതിയൊരാളെ കാണുന്നതുപോലെ അയാളെ നോക്കുന്ന ജീവൻ. ജീവന്റെ ആകാംക്ഷ)

കുഞ്ഞു : എന്താ ജീവാ അമ്പരന്ന് നില്ക്കുന്നത്.

ജീവൻ : കാക്കകൾ അതും ഈ രാത്രിയിൽ.

കുഞ്ഞു : ഞാൻ വിളിച്ചാൽ കാക്കകൾ മാത്രമല്ല.. ഈ ലോകം തന്നെ ഇളകി വരില്ലേ *(പൊട്ടിച്ചിരിക്കുന്ന കുഞ്ഞുണ്ണി)*

ജീവൻ : കുഞ്ഞുണ്ണിയമ്മാവൻ മന്ത്രവാദിയാണോ...

കുഞ്ഞു : *(പൊട്ടിച്ചിരി)* മന്ത്രവാദി...മന്ത്രവാദം... അതേ മോനെ മനമ്പാടിയെന്ന ആഫ്രിക്കക്കാരൻ മന്ത്രവാദിയിൽ നിന്ന് പഠിച്ചതാണ് ഈ വിദ്യ... കാണണോ... *(ജീവന്റെ ആകാംക്ഷ. ഒരു പ്രത്യേകരീതിയിൽ കൈകൾ ചലിപ്പിക്കുന്ന കുഞ്ഞുണ്ണി)* ഇതാ വവ്വാൽ... *(അരങ്ങിന്റെ വിവിധ ഭാഗങ്ങളിൽ പറന്നിറങ്ങുന്ന വാവൽക്കൂട്ടം. ജീവന്റെ ഭയം)*

ജീവൻ : എനിക്ക് പേടിയാകുന്നു *(ഒരു പ്രത്യേക ശബ്ദം പുറപ്പെടുവിക്കുന്ന കുഞ്ഞുണ്ണി. പറന്ന് പോകുന്ന വാവൽ കൂട്ടം. ജീവന്റെ ആശ്വാസം)*

ജീവൻ : കുഞ്ഞുണ്ണിയമ്മാവൻ ഈ വിദ്യകളൊക്കെ...

കുഞ്ഞു : പറഞ്ഞില്ലേ ആഫ്രിക്കയിൽനിന്ന് പഠിച്ചതാണ്..

ജീവൻ : കുഞ്ഞുണ്ണിയമ്മാവൻ ആഫ്രിക്കയിൽ പോയിട്ടുണ്ടോ...

കുഞ്ഞുണ്ണി : പിന്നെ പോയില്ലേ...... എന്റെ പതിമൂന്നാം വയസ്സിൽ. അതൊക്കെ ഒരു വലിയ കഥയാ ജീവാ... വലിയ കഥ.. നിനക്ക് കേൾക്കണോ.

ജീവ : കേൾക്കണം.

(ഏതോ ഓർമ്മകളിൽ നിന്നോണം പിന്നരങ്ങിൽനിന്ന് കേൾക്കുന്ന ഒരു നാടൻ പാട്ട് അതിനനുസരിച്ച് താളമേളങ്ങളോടെ നൃത്തം ചവിട്ടി പ്രേക്ഷകർക്കിടയിലൂടെ വരുന്ന ഒരു സംഘം കുട്ടികൾ അതിലൊരു പതിമൂന്നുകാരനെ ചൂണ്ടുന്ന കുഞ്ഞുണ്ണി)

കുഞ്ഞു : ദേ ആ നില്ക്കുന്നത് ആരാണെന്ന് അറിയാമോ... അതാ ഞാൻ. അന്ന് പതിമൂന്ന് വയസ്സുള്ള കുഞ്ഞുണ്ണി- *(പ്രേക്ഷകരെ നോക്കി തൊഴുന്ന പതിമൂന്നുകാരൻ കുഞ്ഞുണ്ണി)* എന്തൊരു വിനയം. ബാക്കി കഥ കേട്ടോളു.. *(വൃദ്ധനായ കുഞ്ഞുണ്ണി കഥയുടെ ഭാണ്ഡം അഴിച്ച് തുടങ്ങുന്നു. കൗതുകത്തോടെ അത് കേൾക്കാൻ ജീവൻ മാത്രം. കഥയുടെ പ്രവാഹം, ഓർമ്മയുടെ തിരതള്ളൽ. പുതിയൊരു വെളിച്ചത്തിനായി ഇരുളുന്ന അരങ്ങ്)*

രംഗം 4
(കുഞ്ഞുണ്ണിയുടെ വീട് - പകൽ)

(എന്തോ സംഭവിച്ചതിന്റെ വിഷമത്തോടെ തലകുനിച്ചിരിക്കുന്ന ബാലനായ കുഞ്ഞുണ്ണി. അസ്വസ്ഥതയോടെ കുഞ്ഞുണ്ണി, അമ്മ, ഒരുകെട്ട് വയ്ക്കോലുമായി അരങ്ങിലേക്ക് വരുന്ന കുഞ്ഞുണ്ണിയുടെ അച്ഛൻ.)

അമ്മ : പള്ളിക്കൂടം അടച്ചു.. അല്ലേടാ മോനെ...

കുഞ്ഞു : അടച്ചതല്ലല്ലോ.. കത്തിച്ചതല്ലേ..

അച്ഛൻ : എങ്ങനെ കത്തിക്കാതിരിക്കും. ഈ പള്ളിക്കൂടം ആരുടേതാ..... നമ്മുടെ പരമേശ്വര ശർമ്മയുടേതല്ലേ. അങ്ങേരുടെ സിൽബന്ധിയല്ലേ കേശവൻ ചട്ടമ്പി. അയാളെ ഈ ചന്തേലിട്ട് പട്ടിയെ

തല്ലുംപോലെയല്ലേ തല്ലിയത് ഈ നാട്ടുകാർ. അതിന്റെ പക വീട്ടിയതാ.. പള്ളിക്കൂടം കത്തിച്ചോണ്ട്. പാവപ്പെട്ടവൻമാരുടെ പിള്ളാരൊന്നും പഠിക്കണ്ടാന്ന്.

അമ്മ : *(ദേഷ്യം)* അതെവിടുത്തെ ന്യായമാ...

അച്ഛൻ : എന്നാപ്പിന്നെ നീ പോയി ചോദിക്കെടീ.. എടീ അങ്ങേരേ.. ആ പരമേശ്വര ശർമ്മ രാജാവിന്റെ അടുത്തുവരെ പിടിപാടുള്ള പുള്ളിയാ.. മാത്രമല്ല ഇനി ചന്തേം അങ്ങേര് കത്തിക്കും. അതോടെ എന്റെ ചായക്കച്ചോടോം നില്ക്കും. *(നിരാശയോടെ താടിക്ക് കൈയുംകൊടുത്ത് ഉമ്മറത്ത് കുത്തിയിരിക്കുന്ന അച്ഛൻ)*

കുഞ്ഞു : *(വാശിയോടെ)* എനിക്ക് പഠിക്കണം.. അമ്മേ എനിക്ക് പഠിക്കണം.

അമ്മ : *(അച്ഛനോട്)* ദേ ചെറുക്കൻ പറയണത് കേട്ടില്ലേ. ഇവന് പഠിക്കണോന്ന്. പള്ളിക്കൂടം കത്തിച്ചെന്നറിഞ്ഞേപ്പിന്നെ എന്റെ കൊച്ച് പച്ചവെള്ളം തൊട്ടിട്ടില്ല.

അച്ഛൻ : എടീ എന്ന്പറഞ്ഞാ ഞാനെന്ത് ചെയ്യാനാ.... ഇനി അടുത്തുള്ള പള്ളിക്കൂടമാണെങ്കിൽ അങ്ങ് പാറക്കലാ.. പതിനഞ്ച് മൈൽ അകലെ.. അതും കാട്ടുവഴി. വല്ലപ്പോഴും ഒരിക്കൽ ഒരു കാളവണ്ടി അതിലേ പോയാലായി...

കുഞ്ഞു : അമ്മേ, ഞാൻ പോവും എവിടേക്കെങ്കിലും. എനിക്ക് പഠിക്കണം. ഒരു ജോലി ഒപ്പിക്കണം *(കുഞ്ഞുണ്ണിയുടെ ഉറച്ചതീരുമാനം)*

അമ്മ : കുഞ്ഞുണ്ണീ... *(അവനെ ചേർത്ത് പിടിക്കുന്നു)*

കുഞ്ഞു : കൈനിറയെ പണവുമായി ഞാൻ തിരിച്ച് വരുമമ്മേ....

അച്ഛൻ : *(കുഞ്ഞുണ്ണിയുടെ കാത് പിടിച്ച് തിരിച്ച്കൊണ്ട്)*

ഓ കൈനിറയെ കാശുമായിട്ട് തിരിച്ചുവരുമെന്ന്. പിന്നെ നാലക്ഷരം പഠിച്ച് ചെന്നാലുടനെ നിധി എടുത്ത് കൊടുക്കും പൊന്നുതമ്പുരാൻ. *(ദേഷ്യത്തോടെ കുഞ്ഞുണ്ണിയെ പിന്നിലേക്ക് തള്ളിക്കൊണ്ട്)* എടാ കുഞ്ഞുണ്ണി... ഇവിടെ അഞ്ചാറ് ആടും പശുവും കോഴിയുമൊക്കെയുണ്ട്. അതിനെയൊക്കെ നോക്കാൻ വലിയ അക്ഷരമാലയൊന്നും പഠിക്കണമെന്നില്ല. *(ദേഷ്യത്തോടെ)* ഓ.... ഉണ്ണാവൃതം. എന്തെങ്കിലും വാങ്ങി ത്തിന്നുംവച്ച് പോയിക്കിടന്ന് ഉറങ്ങാൻ നോക്കടാ... നാളെ തൊട്ട് പശുവിന് പുല്ലരിയേണ്ടത് നീയാ.... മക്കൾക്ക് പിടികിട്ടിയില്ലേ. പഠിത്തമൊക്കെ തീർന്നു.. *(വയ്ക്കോൽ കെട്ടുമായി തൊഴുത്തിന്റെ ഭാഗത്തേക്ക് പോകുന്ന അച്ഛൻ. നിരാശയോടെ നില്ക്കുന്ന കുഞ്ഞുണ്ണി. അവനെ ആശ്വസിപ്പിക്കാൻ അരികിലേക്ക് വരുന്ന അമ്മ)*

അമ്മ : കുഞ്ഞുണ്ണി... നീ വാ മക്കളെ... അച്ഛനെ ദേഷ്യം പിടിപ്പിക്കാതെ.

കുഞ്ഞു : അമ്മേ, എനിക്ക് പഠിക്കണം എവിടെപ്പോയാലും എനിക്ക് പഠിക്കണം.

അമ്മ : അത്രേം ദൂരെയൊക്കെ വിട്ട് പഠിപ്പിക്കാൻ നിന്റെ അച്ഛന് പാങ്ങുണ്ടോ മക്കളേ.

കുഞ്ഞു : അമ്മേടേ...ആ മാമൻ ഇപ്പോ എവിടെയാ..

അമ്മ : ഏത് മാമൻ?

കുഞ്ഞു : പട്ടാളത്തിലായിരുന്ന വലിയ കൊമ്പൻ മീശയൊക്കെയുള്ള, പണ്ട് ഇവിടെ വന്നിട്ടുള്ള *(പെട്ടെന്ന് അമ്മയ്ക്ക് ആളെ പിടികിട്ടുന്നു)*

അമ്മ : ഓ മാർത്താണ്ഡൻ മാമൻ

കുഞ്ഞു : അതുതന്നെ മാർത്താണ്ഡൻ മാമൻ, മാമൻ ഇപ്പോ എവിടെയാ താമസം

അമ്മ : ഒത്തിരിക്കാലമായില്ലേ മക്കളെ ഞാനും കണ്ടിട്ട്. അങ്ങ് മണിമലക്കുന്നിലാ പൊറുതി.

കുഞ്ഞു : *(ആകാംക്ഷ)* മണിമലക്കുന്നിൽ എവിടെയാ...

അമ്മ : മണിമലക്കുന്നിലൊരു കൊട്ടാരമുണ്ട് മണിമല ക്കൊട്ടാരം. *(ആദരപൂർവ്വം)*
മഹാരാജാവ് പതിച്ചുകൊടുത്തതാ.. ഓരോരു ത്തരുടെ ഓരോ യോഗം. അതിനും വേണം ഒരു ഭാഗ്യം. *(ജീവിത കഷ്ടപ്പാടുകളെക്കുറിച്ചോർത്ത് സ്വയം ശപിക്കുംപോലെ)* അതിനും വേണമൊരു ഭാഗ്യം. അതിനും വേണമൊരു ഭാഗ്യം *(ചൂലുമെടു ത്ത് അകത്തേക്ക് പോകുന്നു)*

കുഞ്ഞു : *(സ്വയം, കൗതുകത്തോടെ)* മാർത്താണ്ഡൻ മാമൻ. മണിമല കൊട്ടാരം *(അവനിൽ ഒരു തീരുമാനം ഉറഞ്ഞുതുടങ്ങുന്നു. പ്രതീക്ഷാ നിർഭരമായ കുഞ്ഞുണ്ണിയുടെ മുഖത്ത് ആ പകൽ എരിഞ്ഞുതീരുന്നു. എവിടെനിന്നോ കേൾക്കുന്ന മന്ത്രോച്ചാരണങ്ങൾ)*

(നിധിയിരുക്കെ നിധിയിരുക്കെ എന്ന നാടൻ പാട്ട് കേൾക്കുന്നു)

രംഗം 5
സ്ഥലം - ഒരു കാട്ടുവഴി - പകൽ

(വെളിച്ചം പരക്കുമ്പോൾ കാട്ടുവഴിയിലൂടെ ഒരു തുരുമ്പെടു ത്ത ഇരുമ്പ് പെട്ടിയും തൂക്കി നടക്കുന്ന കുഞ്ഞുണ്ണി. മണിമല കൊട്ടാരത്തിലേക്കുള്ള യാത്രയാണ്. പകൽപോലും ഇരുട്ട് നിറഞ്ഞ കാട്ടുവഴി. മൃഗങ്ങളുടെ ഒച്ചയും ദുർഘടമായ വഴിത്താര യും അവനെ അവന്റെ ലക്ഷ്യത്തിൽനിന്നും പിന്തിരിപ്പിക്കുന്നില്ല. വഴിമദ്ധ്യേ കറുത്ത തുണികൊണ്ട് മുഖം മറച്ച ഒരു സംഘം കൊള്ളക്കാർ കുഞ്ഞുണ്ണിയുടെ മുന്നിൽ ചാടിവീഴുന്നു. അവരുടെ കൈയിൽ ആയുധങ്ങൾ)

കൊള്ളക്കാർ : *(ഒരു വായ്ത്താരിപോലെ)* എടുക്കടാ പെട്ടി... തുറക്കടാ പെട്ടി... *(ഇത് ആവർത്തിച്ച്കൊണ്ട് വന്യമായ രീതിയിൽ കുഞ്ഞുണ്ണിയുടെ ചുറ്റും ചുവട് വയ്ക്കുന്ന കൊള്ളക്കാർ. കുഞ്ഞുണ്ണിയുടെ പെട്ടി തട്ടിപ്പറിക്കാൻ ശ്രമിക്കുന്ന കൊള്ളക്കാർ)*

കുഞ്ഞു : *(പെട്ടി നെഞ്ചോട് ചേർത്ത് പിടിച്ച്കൊണ്ട്)* കൊല്ലല്ലേ..... ഇതിലൊന്നുമില്ല.

നേതാവ് : കള്ളം പറയുന്നോ, എന്നോട്. അതും ഈ അറോ ലമാടനോട്

കൊള്ള 1 : ടേയ് ഇതാരാണെന്ന് അറിയാമോ? അറോല മാടൻ *(ആവർത്തിക്കുന്ന അട്ടഹാസം)*

അറോലമാടൻ :പകൽപോലും എന്നെ പേടിച്ചാരും ഈ വഴി താണ്ടാറില്ല. എന്നിട്ടും നീ....

കൊള്ള 2. : മനസ്സിലായില്ലേ... പറയുന്നതാരാണെന്ന് അറി യാമോ...

കൊള്ള സംഘം : അറോലമാടൻ

കുഞ്ഞു : *(ഒന്നറച്ച്)* ഞാൻ മണിമലക്കുന്നിലേക്ക് പോവുകയാ...

അറോല : മണിമലയിൽ എവിടെ?

സംഘം : എവിടെ?

കുഞ്ഞു : മണിമലകൊട്ടാരത്തിൽ

അറോല : കൊട്ടാരത്തിൽ ആരെക്കാണാൻ *(കൊള്ള സംഘത്തിന്റെ ആകാംക്ഷ)*

കുഞ്ഞു : മാർത്താണ്ഡൻ മാമനെ *(കൊള്ള സംഘത്തിന്റെ നേതാവടക്കമുള്ളവരുടെ ഞെട്ടൽ)*

അറോല : മാമനോ...

കുഞ്ഞു : അതേ.. മാർത്താണ്ഡൻ മാമൻ... മാമനുള്ളതാ ഈ പെട്ടി

(ഒരു നിമിഷം പറ്റിയ പിഴവോർത്ത് സ്തബ്ധരാകുന്ന കൊള്ള സംഘം. അവർ കുഞ്ഞുണ്ണിയെ നോക്കുന്നു.)

അറോല : ചേഴാറൻ... പുള്ള ഇതങ്ങ് നേരത്തെ പറയാത്തതെന്ത്. *(മറ്റുള്ളവരോട്)* ഇത് നമ്മുടെ മാർത്താണ്ഡൻ ഏമാന്റെ ആളാ.... ചേഴാറാ. *(കൊള്ള സംഘത്തിനോടായി)*.. പൊക്ക് *(പെട്ടിപൊക്കുന്ന സംഘം)* മണ്ടൻമാരേ പെട്ടിയല്ല കുട്ടി.... കുട്ടിയെ പൊക്ക്..പൊക്ക്..

അറോല : ചേഴാറാ.... *(എല്ലാവരും കൂടി കുഞ്ഞുണ്ണിയെ എടുത്ത് പൊക്കുന്നു. വാവോ വാവോ എന്നുള്ള വായ്ത്താരി പാടുന്നു)*

കുഞ്ഞു : അപ്പോ മണിമലകൊട്ടാരം

സംഘം : വഴി ഞങ്ങൾ പറഞ്ഞ് തരാം

അറോല : ദേ... ഇവിടുന്ന് നേരേ പോകുമ്പോൾ ഒരു പുഴകാണും. നിറയെ മുതലകളാണ്.

സംഘം : മുതലപ്പുഴ

അറോല : ചങ്ങാടത്തിൽ വേണം പോകാൻ അല്ലേൽ മുതല... അപ്പോൾ മാറാൻകുന്നെത്തും. അവിടുന്ന് തടിപ്പാലം കഴിഞ്ഞാൽ കാട്ടുവഴി. പാമ്പുക ളുണ്ടാകും. ചിലപ്പോൾ കുരങ്ങൻമാർ കൂടോടെ ഇളകി വരും. പുറം മാന്തിപ്പൊളിക്കും. പിന്നെ പെരുമ്പാമ്പ്. അത് ശ്രദ്ധിക്കണം. അത് കഴിഞ്ഞ് കിട്ടിയാൽ മണിമലകൊട്ടാരത്തിന്റെ പടുകൂറ്റൻ ഗേറ്റ് കാണാം പിന്നെ ഒരു അപേക്ഷയുണ്ട്. ഇവിടെ നടന്നതൊന്നും മാർത്താണ്ഡൻ ഏമാ നോട് പറയരുത്.

(മാർത്താണ്ഡൻ മാമന്റെ ശക്തിയും സ്വാധീനവും തിരിച്ചറി യുന്ന കുഞ്ഞുണ്ണിയിൽ കൂടുതൽ ആവേശം)

കുഞ്ഞു : *(സ്വയം)* മാർത്താണ്ഡൻ മാമൻ ഏമാൻ (ഉച്ച ത്തിൽ) മാർത്താണ്ഡൻ
മാമ....ഞാനിതാ വരുന്നു.

സംഘം : ഞങ്ങളും... *(കുഞ്ഞുണ്ണിയേയും പെട്ടിയേയും*

തോളിലേറ്റി കൊണ്ടുപോകുന്ന കൊള്ള സംഘക്കാർ തന്റെ മാമന്റെ വെറും ശിങ്കിടികളാണെന്ന സത്യം കുഞ്ഞുണ്ണി മനസ്സിലാക്കുന്നു. അവൻ ലക്ഷ്യസ്ഥാനത്തേക്കുള്ള യാത്രയിലാണ്. അവന്റെ മനസ്സിൽ മണിമലകൊട്ടാരവും മാർത്താണ്ഡൻ മാമനും. ഉയരുന്ന മന്ത്രോച്ചാരണങ്ങളിൽ അന്തരീക്ഷം ഇരുണ്ട് തെളിയുന്നു.)

രംഗം 6
സ്ഥലം - മണിമലകൊട്ടാരം

സമയം - സന്ധ്യ
മാർത്താണ്ഡന്റെ പൂജാമുറി

(ഉയരുന്ന മന്ത്രോച്ചാരണങ്ങൾ. അഗ്നികുണ്ഡത്തിലേക്ക് എറിയപ്പെടുന്ന പൂജാദ്രവ്യങ്ങൾ. ആളിക്കത്തുന്ന അഗ്നി. അതിനു മുന്നിൽ മന്ത്രോച്ചാരണങ്ങളുമായിരിക്കുന്ന മാർത്താണ്ഡൻ. ചുവന്നകണ്ണുകൾ, നീട്ടിവളർത്തിയ തലമുടി, കൊമ്പൻ മീശ, പട്ടുടുത്ത് ആഭിചാരം നടത്തുന്ന ഒരു കാർമ്മികന്റെ ആംഗിക വിക്ഷേപണങ്ങളോടെ ഇരിക്കുന്ന മാർത്താണ്ഡൻ. ഭയത്തോടെ ഇതെല്ലാം വീക്ഷിച്ച് സമീപത്തിരിക്കുന്ന കുഞ്ഞുണ്ണി, അറോലമാടൻ സംഘം. അവിടേക്ക് വരുന്ന പരമേശ്വര ശർമ്മ, മദ്ധ്യവയസ്കൻ പൗരപ്രമുഖൻ, സ്കൂൾ മാനേജർ മാർത്താണ്ഡന്റെ എല്ലാ ആഭിചാര കർമ്മങ്ങളിലും പങ്കാളിയാണ്.)

മാർത്താണ്ഡൻ : *(ഒന്നുറഞ്ഞുകൊണ്ട്)* കുഞ്ഞുണ്ണിയെന്നാ പേര് അല്ലേ? നീ വരുമെന്നെനിക്കറിയാമായിരുന്നു.

കുഞ്ഞു : *(സംശയത്തോടെ)* അതെങ്ങനെ.. താങ്കള് തന്നെയാണോ മാർത്താണ്ഡൻ മാമൻ

മാർത്ത : *(പൊട്ടിച്ചിരി)* നിന്റെ പേര് കുഞ്ഞുണ്ണി, അമ്മയുടെ പേര് രുഗ്മിണി. അവളെന്റെ ബന്ധുവാണ്.

പഠിത്തം മുടങ്ങിയതിന്റെ വിഷമത്താൽ നീ ഒളിച്ചോടി ഇവിടേക്ക് വന്നതാ.. എന്നെ കണ്ടാൽ ഒരു ജോലി കിട്ടുമെന്ന് കരുതി അല്ലേ *(കുഞ്ഞുണ്ണിയുടെ അത്ഭുതം)*

കുഞ്ഞു : ശരിയാണ് അപ്പോ...

മാർത്താ : എന്താ നിനക്ക് സംശയമോ? ഞാൻ തന്നെയാ നിന്റെ മാർത്താണ്ഡൻ മാമൻ *(പൊട്ടിച്ചിരിയിൽ പങ്കുചേരുന്ന മറ്റുള്ളവർ)*

കുഞ്ഞു : *(പരമേശ്വര ശർമ്മയെ കാണുന്നു)* മാമാ ഇയാളെ എനിക്കറിയാം, പരമേശ്വരശർമ്മ. ഞങ്ങളുടെ സ്കൂൾ മാനേജർ. ഇയാളാ ഞങ്ങളുടെ സ്കൂൾ കത്തിച്ചത്.. *(പരമേശ്വര ശർമ്മയുടെ മന്ദഹാസം)*

മാർത്താ : ആണോ പരമേശ്വരാ...

ശർമ്മ : കത്തിച്ചത് എന്തിനാണെന്നറിയാമോ.. പുതിയ സ്കൂളൊന്ന് പണിയാൻ. എന്റെ മാർത്താണ്ഡന്റെ ചേഴാറന് വേണ്ടി ഞാനൊരു പുതിയ സ്കൂൾ ത്തന്നെ പണിയില്ലേ...

കുഞ്ഞു : *(വിശ്വസിക്കാനാകാതെ)* സത്യം

മാർത്താ : സത്യം. സത്യം മാത്രമേ ഞങ്ങൾ പറയൂ. പക്ഷേ, സ്കൂളൊന്ന് പണിയണമെങ്കിൽ ധാരാളം പണം വേണം. അതിന് കുഞ്ഞുണ്ണിയുടെ ഒരു കുഞ്ഞ് സഹായം ഞങ്ങൾക്ക് വേണം. ചില പൂജാദികർമ്മങ്ങൾ ചെയ്യണം.

ശർമ്മ : അത് കുഞ്ഞുണ്ണി ഏറ്റു അല്ലേ മക്കളെ.

മാർത്താ : കുഞ്ഞുണ്ണി നീ ജനിച്ച സമയവും നാളും പറയൂ..

അറോല : കൃത്യം കൃത്യമായിരിക്കണം

സംഘം : കൃത്യം കൃത്യമായിരിക്കണം

കുഞ്ഞു : ത്രിസന്ധ്യക്കാ ജനനം

അറോല : ത്രിസന്ധ്യക്കാ ജനനം

കുഞ്ഞു : അമ്മ പറഞ്ഞ് എനിക്കറിയാം. അന്ന് പാറയ്ക്കൽ അമ്പലത്തിലെ കുടിയിരുത്ത് മഹോത്സവ മായിരുന്നു. നാള്

മാർത്താ : നാള്.....

സംഘം : നാള്....

കുഞ്ഞു : നാള് തിരുവോണം *(തേടിയതെന്തോ വന്നെത്തി യതിന്റെ ഉന്മാദം മാർത്താണ്ഡന്)*

മാർത്താ : ഹായ്.. തിരുവോണം... തിരുവോണം

കുഞ്ഞു : എന്തെങ്കിലും പ്രശ്നമുണ്ടോ...

അറോല : എന്താ.പ്രശ്നം നല്ലതുപോലെ ഒരു സദ്യ ഉണ്ടൂടേ... *(മണ്ടത്തരം പറയുന്ന അറോലമാടനെ ശാസിക്കുന്ന മാർത്താണ്ഡൻ).*

മാർത്താ : *(സ്വയം)* കുഞ്ഞുണ്ണി. നമുക്ക് ദൈവം കൊണ്ടു തന്ന നിധിയാ ഇവൻ *(കുഞ്ഞുണ്ണിയെ ആവേശ ത്തോടെ ചുറ്റിപ്പിടിക്കുന്നു. അവന് ശ്വാസം മുട്ടുന്നു)*

ശർമ്മ : ആ പിടി വിടടോ... *(പിടിവിടുന്ന മാർത്താണ്ഡൻ)*

മാർത്താ : അറോലമാടാ... കുഞ്ഞുണ്ണിയെ കൊണ്ടുപോകൂ.. രാത്രി പൂജയ്ക്കുള്ള ഒരുക്കങ്ങൾ ചെയ്യൂ....

അറോല : *(അനുചരൻമാരോട്)* കേട്ടില്ലേ കുഞ്ഞുണ്ണിയെ കൊണ്ട്പോകൂ....

മാർത്താ : *(അവർ കുഞ്ഞുണ്ണിയെ ഭക്തിയാദരങ്ങളോടെ കൊണ്ടുപോകുന്നു)* അറോല മാടാ.......

അറോല : വളരെ കഷ്ടപ്പെട്ട് ബുദ്ധിമുട്ടിയാണ് കുട്ടിയെ കീഴ്പ്പെടുത്തിക്കൊണ്ട് വന്നത്..

ശർമ്മ : ആ പിഞ്ച് പൈതലിനേയോ...

അറോല : ഞാനൊന്നിരുന്നമർന്നു.....

മാർത്താ : നിധി കിട്ടട്ടേ എല്ലാ ബുദ്ധിമുട്ടുകളും മാറ്റിത്തരുന്നുണ്ട് ഞാൻ. മാടാ.. തന്റെ ദൂതൻമാരറിയാതെ ഒരു ഈച്ച പോലും മണിമലക്കുന്നിൽനിന്ന് പുറത്തേക്കോ അകത്തേക്കോ കടക്കരുത്.

അറോല : ശരി ഏമാനെ, ഒരു ഈച്ചപോലും പുറത്തേക്കോ അകത്തേക്കോ പോകില്ല. ഈച്ചേ അടിച്ച് ഈച്ചേടിച്ച് അവസാനം ഈച്ചേടിക്കേണ്ടി വരുമോ... *(പ്രതിഫലം കിട്ടാത്തതിന്റെ നിരാശയോടെ പുറത്തേക്ക് പോകുന്ന അറോലമാടൻ)*

ശർമ്മ : *(ഇതൾ വിരിയുന്ന ഒരു ഗൂഢാലോചന)* മാർത്താണ്ഡൻ 10 വർഷമായില്ലേ. ആ നിധിക്കുവേണ്ടി ഈ മണിമലകുന്ന് നമ്മൾ തുരക്കാൻ തുടങ്ങീട്ട്... അടുത്ത പൗർണ്ണമിക്കുമുമ്പ് നിധികിട്ടിയിരിക്കണം.

മാർത്താ : അതിന് എന്റെ ഉപാസനാ മൂർത്തികൾ കൊണ്ടുതന്നതാണ് അവനെ. കുഞ്ഞുണ്ണി..... ശർമ്മേ... ലക്ഷണ ശാസ്ത്രമനുസരിച്ച് നിധി ഇരിക്കുന്ന സ്ഥലം കുഞ്ഞുണ്ണിക്ക് കണ്ടെത്താൻ കഴിയും.. *(ഗൂഢമായി ചിരിക്കുന്ന ശർമ്മ)*
(പിന്നിൽ ബഹളം, ഞെട്ടുന്ന മാർത്താണ്ഡനും

ശർമ്മയും, അയ്യപ്പൻ എന്ന അന്ധനെ പിടിച്ച് കെട്ടികൊണ്ടുവരുന്ന അറോലമാടനും സംഘവും)

അറോല : ഏമാനെ ഇവൻ ഈ കുരുടൻ ഇവിടുന്ന് രക്ഷപ്പെടാൻ നോക്കി.

ശർമ്മ : മാർത്താണ്ഡൻ

മാർത്താ : ഓഹോ.... നിന്റെ കാഴ്ച ഞാൻ നശിപ്പിച്ചപ്പോഴും കേൾവി ബാക്കിവച്ചത് എന്തിനാണെന്നറിയാമോ. എന്റെ ആജ്ഞകൾ കേൾക്കാൻ അനുസരിക്കാൻ...

ശർമ്മ : നമ്മുടെ കൊട്ടാര നിയമങ്ങൾ തെറ്റിച്ച ഇവൻ ഇനി ഒരു ശബ്ദവും കേൾക്കാൻ പാടില്ല.

അയ്യപ്പൻ : എന്റെ തമ്പുരാനേ... *(ദയനീയമായി വിലപിക്കുന്ന അയ്യപ്പൻ എന്ന അന്ധനായ അടിമ)*

മാർത്താ : ഇവന്റെ ചെവിയിൽ ഈയം ഉരുക്കി ഒഴിച്ചേക്ക് ...... *(ഞെട്ടുന്ന അയ്യപ്പൻ)*

ശർമ്മ : ഇനി ഒരിക്കലും ശബ്ദിക്കാതിരിക്കാൻ ഇവന്റെ നാവ് കൂടി പിഴുതെറിഞ്ഞേക്ക് *(അയ്യപ്പന്റെ നിലവിളി-രൂക്ഷമായി അവനെ ഒന്ന്നോക്കി അകത്തേക്ക് പോകുന്ന മാർത്താണ്ഡനും ശർമ്മയും)*

അയ്യപ്പൻ : പൊന്നു തമ്പുരാനേ....

അറോല : *(ഒരാജ്ഞപോലെ)* ഈയം

അറോല : എടാ കണ്ണ് കുത്തിപ്പൊട്ടിച്ചിട്ടും നിന്റെ അഹങ്കാരം തീർന്നില്ല അല്ലേ... ഈയം.... *(അകത്തേക്ക് പോകുന്ന അറോലമാടൻ)*

(അരങ്ങിൽ ഏകനായി ആരോടെന്നില്ലാതെ വിലപിക്കുന്ന അയ്യപ്പൻ)

അയ്യപ്പൻ : ആരുമില്ലേ, എന്നെ രക്ഷിക്കാൻ, തമ്പുരാനെ. എന്റെ ശബ്ദം, എന്റെ കേൾവി, എന്റെ കണ്ണ്.

ആരുമില്ലേ എന്നെ രക്ഷിക്കാൻ *(നിലവിളികേട്ട് അവിടേക്ക് വരുന്ന കുഞ്ഞുണ്ണി. അവന് മുന്നിൽ മണിമലകൊട്ടാരത്തിലെ ദുരൂഹമായ കാഴ്ചകൾ)*

കുഞ്ഞു : നിങ്ങൾ ആരാ...

അയ്യപ്പൻ : *(കുഞ്ഞുണ്ണിയുടെ തലയിൽ തടവികൊണ്ട്)* ഞാൻ അയ്യപ്പൻ

കുഞ്ഞു : കുഞ്ഞുണ്ണി *(അവർ പരിചയപ്പെടുന്നു)*

അയ്യപ്പൻ : പുതിയ ആളാ അല്ലേ... എങ്കിൽ വേഗം രക്ഷപ്പെടാൻ നോക്ക്. ഇല്ലെങ്കിൽ ആ ദുഷ്ടന്റെ അന്ധൻമാരുടെ സംഘത്തിൽ ഒരംഗമായി മാറും നീ....

കുഞ്ഞു : അന്ധൻമാരോ....

അയ്യപ്പൻ : പോ. കുഞ്ഞുണ്ണി കഥപറഞ്ഞ് നില്ക്കാൻ സമയമില്ല പോയി രക്ഷപ്പെടൂ...

കുഞ്ഞു : എനിക്കറിയണം എന്താ ഇവിടെ നടക്കുന്നതെന്ന്. *(ചുറ്റാകെ സംശയത്തോടെ നോക്കുന്ന കുഞ്ഞുണ്ണി-കൊട്ടാരത്തിലെ ഏകാന്തത... ഇരുളുനിറഞ്ഞ അകത്തളങ്ങൾ. കുഞ്ഞുണ്ണിയുടെ സംശയങ്ങൾ വർദ്ധിക്കുന്നു)*

അയ്യപ്പ : ഇവിടെ നടക്കുന്നതോ, ഒരു നിധിക്കുവേണ്ടി ആരേയും കൊല്ലാനും കണ്ണ് കുത്തിപ്പൊട്ടിക്കാനും മടിക്കാത്ത മാർത്താണ്ഡന്റേയും സംഘത്തിന്റേയും സാമ്രാജ്യമാണ് ഈ കൊട്ടാരം.

കുഞ്ഞു : *(അത്ഭുതം)* നിധിയോ....

അയ്യപ്പ : പണ്ട് പടയോട്ടകാലത്ത് മഹാരാജാവ് ഒരു വമ്പൻ നിധിശേഖരം ഇവിടേയും മാറാൻകുന്നിലും കുഴിച്ചിട്ടുണ്ടത്രേ. അന്നത്തെ യുവരാജാവ് ഈ രഹസ്യം അറിയാവുന്ന സേവകരെയൊക്കെ കൊന്നൊടുക്കി. പക്ഷേ, യുദ്ധത്തിൽ യുവരാജാവ് കൊല്ലപ്പെട്ടു. നാട് ദുരന്തഭൂമിയായി മാറി.

എല്ലാറ്റിനും കാരണം ഇവിടേയും മാറാംക്കുന്നിലും കൊല്ലപ്പെട്ട നിരപരാധികളുടെ ശാപമാണെന്ന ജ്യോത്സ്യവിധി കാരണം അന്നത്തെ രാജാവ് ഈ കൊട്ടാരം ഉപേക്ഷിച്ചു. അവസാനം ഇത് മാർത്താണ്ഡന്റേയും ശർമ്മയുടേയും കൈയിലെത്തി. അന്ന് തൊട്ട് തുടങ്ങിയതാ ഈ തുരങ്ക നിർമ്മാണം. പക്ഷേ, നിധികിട്ടിയാലും ആ പേടകം തുറക്കണമെങ്കിൽ ചിത്രപൂട്ട് തുറക്കാൻ കഴിയണം. അതിന് ചിത്രപുസ്തകം വേണം *(കുഞ്ഞുണ്ണി പലതും തിരിച്ചറിയാൻ തുടങ്ങിയിരിക്കുന്നു. മണിമലകൊട്ടാരത്തെ ചൂഴ്ന്ന് നില്ക്കുന്ന നിഗൂഢതകളിലേക്ക് അയ്യപ്പന്റെ വാക്കുകൾ വെളിച്ചം വീശാൻ തുടങ്ങിയിരിക്കുന്നു)*

കുഞ്ഞുണ്ണി : ചിത്രപൂട്ട്... ചിത്രപുസ്തകം...

അയ്യപ്പൻ : *(ധൃതിയിൽ)* ഒക്കെ പിന്നീട് മനസ്സിലാവും. രക്ഷപ്പെടാൻ പറ്റുമെങ്കിൽ രക്ഷപ്പെട്ടോ ആ വൈശാഖനെപ്പോലെ. ഇല്ലേ അവർ നിന്നേം കുരുതി കൊടുക്കും മനുഷ്യക്കുരുതി.

കുഞ്ഞുണ്ണി : വൈശാഖൻ???

അയ്യപ്പൻ : മാർത്താണ്ഡന്റെ മോൻ അച്ഛന്റെ കൊടും ക്രൂരതകളോട് കലഹിച്ച് നാടുവിട്ടു. *(മാർത്താണ്ഡന്റെ ചെയ്തികളെക്കുറിച്ച് മനസ്സിലാക്കുന്ന കുഞ്ഞുണ്ണി. അയ്യപ്പൻ ഒരാശ്വാസത്തോടെ)* ശബ്ദവും കേൾവിയുമൊക്കെ നഷ്ടപ്പെടുംമുൻപ് എനിക്കീ രഹസ്യങ്ങൾ ആരോടെങ്കിലും പറയാൻ കഴിഞ്ഞല്ലോ...

കുഞ്ഞുണ്ണി : നിധി, അടിമകൾ, വൈശാഖൻ, രക്ഷപ്പെടൽ

(അയ്യപ്പൻ പറഞ്ഞ കഥയിൽനിന്നും കുഞ്ഞുണ്ണി കണ്ടെടുത്ത കോഡുകൾ ചേർത്ത് വയ്ക്കാൻ ശ്രമിക്കുന്നു. വീണ്ടും മണിമലകൊട്ടാരം നിഗൂഢതകളൊളിപ്പിച്ച ഒരത്ഭുത സാമ്രാജ്യ

മായി അവന് തോന്നുന്നു. അപ്പോഴും എരിയുന്ന ആഭിചാര ക്രിയക്കളം. വാളുകൾ തേച്ചുമിനുക്കുന്ന ശബ്ദം. അയ്യപ്പന്റെ ഭയം പിന്നിൽ ആയുധങ്ങളുമായി പ്രത്യക്ഷപ്പെടുന്ന അറോലമാടനും സംഘവും. അയ്യപ്പന്റെ നിലവിളി ആളിക്കത്തുന്ന തീയിൽ എരിഞ്ഞടങ്ങുന്നു)

രംഗം 7
സ്ഥലം – മാർത്താണ്ഡന്റെ പൂജാമുറി

സമയം – രാത്രി

(ഹോമകുണ്ഡത്തിനരികിൽ കുഞ്ഞുണ്ണി പ്രാർത്ഥനാപൂർവ്വം ഇരിക്കുന്നു. അവനെ സൂക്ഷ്മം വീക്ഷിക്കുന്ന പരമേശ്വരശർമ്മ. ഒരു ഉന്മാദിയെപ്പോലെ മന്ത്രം ചൊല്ലുന്ന മാർത്താണ്ഡൻ.)

മാർത്താ : *(മന്ത്രം ചൊല്ലുന്നു)* വരാഹരൂപീണം ദേവം
ലോക നാദം മഹേശ്വരം
മേദിന്യുദ്ധാരകം വന്ദേ
രക്ഷ രക്ഷ ദയാനിധേ...
കുഞ്ഞുണ്ണി എന്നോടൊപ്പം ഈ മന്ത്രങ്ങൾ ഏറ്റുചൊല്ലു.,

ശർമ്മ : ചൊല്ലൂ....
(കുഞ്ഞുണ്ണിയുടെ ആശയക്കുഴപ്പം)

കുഞ്ഞുണ്ണി : ഞാനെന്തിന് മന്ത്രം ചൊല്ലണം....

മാർത്ത : ഇവിടെ നടക്കുന്നതെന്താണെന്ന് നീ കാണുന്നില്ലേ.. ഈ ഭൂമിയുടെ അടിത്തട്ടിൽ എവിടെയൊ ഒരു നിധിയുണ്ട്.

ശർമ്മ : അത് കണ്ടെത്താനുള്ള ശ്രമത്തിലാ ഞങ്ങൾ. അതും വർഷങ്ങളായി.

മാർത്താ : അത് നിനക്ക് കണ്ടെത്താൻ കഴിയുമെന്നാ എന്റെ ഉപാസനാമൂർത്തികൾ എന്നോട് പറഞ്ഞത്.

ശർമ്മ : ലക്ഷണം നോക്കി പറയൂ കുഞ്ഞുണ്ണി. ഏത് വഴിയിലൂടെ നമുക്ക് നീങ്ങണം. ഇനി എവിടെ കുഴിക്കണം.

മാർത്താ : ഹായ് പറയൂ *(നിധിയെക്കുറിച്ചുള്ള ചിന്ത മാർത്താണ്ഡനേയും പരമേശ്വര ശർമ്മയേയും ആവേശഭരിതരാക്കുന്നു)*

ശർമ്മ : പറയൂ,...

കുഞ്ഞുണ്ണി : നിധി കിട്ടിയാൽ

ശർമ്മ : കിട്ടിയാൽ

മാർത്താ : കിട്ടിയാൽ

കുഞ്ഞു : എനിക്കെന്ത് തരും *(അമ്പരപ്പോടെ നില്ക്കുന്ന മാർത്താണ്ഡനും ശർമ്മയും. കുഞ്ഞുണ്ണി വിലപേശാനുള്ള തയ്യാറെടുപ്പിലാണ്)*

മാർത്താ : (ദയനീയമായി)ചേഴാറാ....

ശർമ്മ : (രോഷത്തോടെ) ഇത്തിരിപ്പോന്ന ചെക്കൻ ചോദിക്കണത് കേട്ടില്ലേ. എന്ത് തരുമെന്ന് .

കുഞ്ഞു : ഞാൻ നിങ്ങളുടെ സ്കൂളിലല്ലേ പഠിച്ചത്. *(ശർമ്മയുടെ ചമ്മൽ. അറിയാതെ ചിരിച്ചു പോകുന്ന മാർത്താണ്ഡൻ)*

ശർമ്മ : മറുപടി പറയൂ... മാർത്താണ്ഡാ... *(കുഞ്ഞുണ്ണിയെ രണ്ട്പേരും നോക്കുന്നു. അവൻ അക്ഷോഭ്യനായി നില്ക്കുന്നു)*

മാർത്താ : തർക്കം വേണ്ട കിട്ടുന്നതിന്റെ ഒരു ശതമാനം. അത് തന്നെ കോടികൾ വരും.

കുഞ്ഞു : പോരാ... എനിക്ക് പകുതി വേണം *(ഞെട്ടുന്ന മാർത്താണ്ഡനും പരമേശ്വരശർമ്മയും)* എനിക്ക് പകുതിവേണം. അത് ഞാൻ ഇവിടെ പണിയെടുക്കുന്ന അന്ധന്മാർക്ക് വീതിച്ച് നല്കും. മാത്രമല്ല നിങ്ങൾ അടിമകളാക്കി കണ്ണ് കുത്തിപ്പൊട്ടിച്ച ആ മനുഷ്യരെ മോചിപ്പിക്കണം. *(പരസ്പരം നോക്കുന്ന മാർത്താണ്ഡനും പരമേശ്വരശർമ്മയും)*

ശർമ്മ : അടിമകളുടെ മോചനം

കുഞ്ഞു : എന്താ സാദ്ധ്യമല്ലേ...

മാർത്താ : സാദ്ധ്യമാണ്.

കുഞ്ഞു : അത് മാത്രം പോരാ... അവർക്ക് കാഴ്ച തിരിച്ചു കൊടുക്കണം. പറ്റുമോ.....

മാർത്താ : പറ്റും... കാഴ്ച തിരിച്ച് കിട്ടാനുള്ള ഒറ്റമൂലി ഒരു പച്ചിലക്കൂട്ടാണ്. അതെനിക്കറിയാം. എന്നാൽ പൂജ തുടരട്ടെ.

ശർമ്മ : പക്ഷേ, നിധിയുടെ കാര്യത്തിൽ കാൽ ഭാഗം അത് മതി.

മാർത്താ : പോരേ ചേഴാറാ.....

കുഞ്ഞു : *(നിശ്ചയദാർഢ്യത്തോടെ)* വ്യവസ്ഥകളിൽ മാറ്റമില്ല. പൂജതുടരട്ടെ... *(കുഞ്ഞുണ്ണി എന്ന ബാലന്റെ മനക്കരുത്തിന് മുന്നിൽ പരാജിതരാകുന്ന മാർത്താണ്ഡനും ശർമ്മയും)*

മാർത്താ : *(മന്ത്രം ചൊല്ലുന്നു)* വരാഹരൂപീണം ദേവം
ലോക നാദം മഹേശ്വരം
മേദിന്യുദ്ധാരകം വന്ദേ
രക്ഷ രക്ഷ ദയാനിധേ...

(മന്ത്രങ്ങൾ അവസാനിക്കുമ്പോൾ ഏതോ ഒരു ശക്തി ആവാഹിച്ചതുപോലെ ഹോമകുണ്ഡത്തിന് മുന്നിൽ നില്ക്കുന്ന കുഞ്ഞുണ്ണി.)

കുഞ്ഞു : *(ഒരു വെളിപാടുപോലെ)* മാറാം കുന്നിലേക്കുള്ള അതിർത്തിക്കടുത്തായി വടക്ക് മാറി പഴയൊരു പ്രതിഷ്ഠയില്ലേ...

മാർത്താ : അതേ കാളീദേവിയുടെ പ്രതിഷ്ഠ

ശർമ്മ : നിത്യപൂജയുള്ള ക്ഷേത്രം

കുഞ്ഞു : നിധിക്ക് വർഷങ്ങളായി കാവൽനില്ക്കുകയാണ് ദേവി. അതിന് താഴെ താഴെ.. നിധികുംഭങ്ങൾ... *(കൈയെത്തും ദൂരത്ത് നിധി കണ്ടെത്തിയതിന്റെ അമിതാവേശം മാർത്താണ്ഡനും പരമേശ്വര ശർമ്മയ്ക്കും)*

മാർത്താ : *(ഉറക്കെ)* നിധി... നിധി....

കുഞ്ഞു : നിധി കുംഭങ്ങൾ ഇതാ കൈയെത്തും ദൂരത്ത്

മാർത്താ : അറോലമാടാ..... *(ഓടിവരുന്ന അറോല മാടൻ)*

അറോല : നിധി കിട്ടിയോ.. ഏമാനെ...

ശർമ്മ : കാളീദേവിയുടെ പ്രതിഷ്ഠയ്ക്ക് താഴെ വരെ തുരക്കട്ടെ..

അറോല : അവിടെയാണോ... ഏമാനേ

മാർത്താ : *(ഒരാജ്ഞപോലെ)* നൂറ് കണക്കിന് അന്ധന്മാരെ

കൊണ്ട് തുരക്കണം പോ.. പോ.....

അറോല : പോവാം ഏമാനെ.... ഏമാനേ എന്റെ കാര്യം

ശർമ്മ : പോടോ മാടാ..

അറോല : ചേഴാറാ... എന്റെ കാര്യം എല്ലാം ഒന്ന് വരച്ച് ഗണിച്ച് കൊടുക്ക്... *(പോകുന്നു)*

ശർമ്മ : ഇനി എത്രദിവസം തുരക്കണം?

കുഞ്ഞു : ഇന്നേക്ക് ഏഴാം നാൾ പൗർണ്ണമി. അന്ന് നിധിപേടകം കണ്ടെത്തും. കണ്ടെത്തിയാൽ മാത്രം പോരല്ലോ.. ചിത്രപൂട്ട് തുറക്കണം. അതിന് ചിത്രപുസ്തകം വേണം. അതിൽ പറയുന്നതു പോലെ വേണം ക്രമം തെറ്റിച്ച് വച്ചിരിക്കുന്ന പൂക്കളെ ക്രമീകരിക്കാൻ, ക്രമം തെറ്റിയാൽ

മാർത്താ : അറിയാം നിധിപേടകങ്ങൾ നദിയിലൂടെ കടലിലേക്ക് ഒഴുകിപ്പോകും... ചിത്രപുസ്തകം എന്റെ കൈയിലുണ്ട്..

ശർമ്മ : *(അസഹ്യതയോടെ)* എടുത്തുകൊണ്ട് വരൂ..

മാർത്താ : കൊണ്ട് വരാം ഞാൻ കൊണ്ട് വരാം..

ശർമ്മ : *(അകത്തേക്ക് ഓടിപ്പോകുന്ന മാർത്താണ്ഡൻ)* അതുമായിട്ട് തുരങ്കത്തിലേക്ക് പോയാൽ പിന്നെ ഏഴ് നാൾ കഴിഞ്ഞേ മടക്കമുള്ളു. അതും നിധി പേടകവുമായി. കുഞ്ഞുണ്ണി നിന്റെ അമ്മാവൻ മാർത്താണ്ഡന് രാജാവിന്റെ കൈയിൽനിന്നും ഈ കൊട്ടാരവും ചിത്രപുസ്തകവും വാങ്ങിക്കൊടുത്തത് ഞാനാ. നിധി പങ്കുവക്കുമ്പോൾ മാർത്താണ്ഡനെക്കാളും ഒരോഹരി എനിക്ക് കൂടുതൽ വേണം. അത് കുഞ്ഞുണ്ണി പറഞ്ഞാൽ നടക്കും. നമുക്ക് സ്കൂൾ കെട്ടണ്ടേ, പിള്ളേരെ പഠിപ്പിക്കണ്ടേ

കുഞ്ഞുണ്ണി : നിധി കിട്ടിയാൽ വാക്ക് മാറ്റുമോ

ശർമ്മ : ഏയ് ഇല്ല.

കുഞ്ഞു : അടിമകളുടെ മോചനം

ശർമ്മ : നിധികിട്ടിയാൽ അന്ന്.

(മാർത്താണ്ഡന്റെ നിലവിളി. ഒരു കൊടുങ്കാറ്റ്പോലെ ഓടിവരുന്ന മാർത്താണ്ഡൻ)

മാർത്താ : ചതിച്ചൂ.... ചതിച്ചു.....

ശർമ്മ : എന്താ... എന്താ...

മാർത്താ : ചിത്രപുസ്തകം കാണാനില്ല. *(ഞെട്ടുന്ന പരമേശ്വര ശർമ്മ)*

ശർമ്മ : കാണാനില്ലെന്നോ... *(ആക്രോശത്തോടെ മാർത്താണ്ഡനെ പിടിക്കുന്നു)* പിന്നെ എങ്ങനെ ആ ചിത്രപ്പൂട്ട് തുറക്കും. *(ശർമ്മയുടെ ഭാവമാറ്റം)* എന്നെ ചതിക്കയാണ് അല്ലേടാ...

മാർത്താ : ശർമ്മേ...

ശർമ്മ : ചിത്രപുസ്തകം ഇല്ലെന്ന് പറഞ്ഞ് ചിത്രപ്പൂട്ട് തുറക്കാതെ എല്ലാപേരെയും ഒഴിവാക്കിയിട്ട് അവസാനം നിനക്ക് അതെടുക്കണം അല്ലേ.. ഒറ്റയ്ക്കെടുക്കണം അല്ലേ.. *(ഒരു ഭ്രാന്തനെപ്പോലെ അലറുന്ന ശർമ്മ).*

മാർത്താ : ശർമ്മേ ഞാനത് ചെയ്യുമോ...

ശർമ്മ : എത്ര കഷ്ടപ്പെട്ടാ നമ്മളീ സ്ഥലം സ്വന്തമാക്കിയത്.. കൈയെത്തും ദൂരത്ത് വെച്ച് എല്ലാം നഷ്ടപ്പെട്ടില്ലേ...

മാർത്താ : *(എന്തോ ഓർത്തിട്ടെന്നപോലെ പെട്ടെന്ന്)* അവൻ അവൻ തന്നെയാവും ആ ചിത്രപുസ്തകം മോഷ്ടിച്ചത്... മറ്റാരുമല്ല എന്റെ മകൻ വൈശാഖൻ...

ശർമ്മ : അപ്പോ അവൻ നാട് വിട്ടത് ആ ചിത്രപുസ്തകവുമായിട്ടാ...

മാർത്താ : കൊല്ലും ഞാനവനെ. എന്റെ കൈയിൽ കിട്ടിയാൽ കൊല്ലും ഞാനവനെ

ശർമ്മ : അതിന് അവൻ ഇപ്പോ എവിടെയുണ്ടെന്നറി യാമോ..

മാർത്താ : *(അഗ്നികുണ്ഡത്തിനരികിലിരിക്കുന്ന വെറ്റിലച്ചെ ല്ലത്തിൽ നോക്കി വീണ്ടും ഒരു വെളിപാടുപോലെ)* കടൽ കടന്നിരിക്കുന്നു എന്നാ ലക്ഷണം.

ശർമ്മ : എവിടെയാണിപ്പോൾ

മാർത്താ : *(വീണ്ടും നോക്കിക്കൊണ്ട്)* തെക്ക് പടിഞ്ഞാറ് ദിശ. കപ്പലിലാകണം യാത്ര

ശർമ്മ : ബോംബേയിലൊക്കെ നമുക്കാളുണ്ട്.

മാർത്താ : കുഞ്ഞുണ്ണി നിന്റെ ജാതകം ഞാനൊന്ന് നോക്കി. നിനക്ക് പല അത്ഭുതങ്ങളും കാട്ടാനാകും. വൈ ശാഖനെ കണ്ടെത്തി ചിത്രപുസ്തകം കൈക്കലാ ക്കാൻ നിനക്ക് കഴിയും. *(കുഞ്ഞുണ്ണിയെ പ്രതീ ക്ഷയോടെ നോക്കുന്ന മാർത്താണ്ഡനും പരമേ ശ്വര ശർമ്മയും)*

കുഞ്ഞു : ഞാനോ..

മാർത്താ : യാത്ര നിനക്കിഷ്ടമാണെന്നെനിക്കറിയാം. നിന്നോടൊപ്പം ഞങ്ങളുടെ ആൾക്കാരുണ്ടാകും.

കുഞ്ഞു : അപ്പോൾ നമ്മൾ തമ്മിലുള്ള വ്യവസ്ഥ.

മാർത്താ : വ്യവസ്ഥകൾക്കൊന്നും മാറ്റമില്ല.

ശർമ്മ : യാത്ര തിരിച്ചോളു.

മാർത്താ : കടൽ കടന്ന്

ശർമ്മ : കടൽ കടന്ന്

മാർത്താ : യാത്ര തിരിച്ചോളൂ...

(കുഞ്ഞുണ്ണിക്ക് മോഹന വാഗ്ദാനങ്ങൾ നല്കി വൈശാഖ നെത്തേടി കടൽകടത്താനുള്ള മാർത്താണ്ഡന്റേയും ശർമ്മയു ടേയും ശ്രമം. അത്ഭുതങ്ങളും, യാത്രകളും കടലും കടങ്കഥകളും എന്നും ഇഷ്ടപ്പെട്ടിരുന്ന കുഞ്ഞുണ്ണി തന്റെ പെട്ടിയുമായി വൈശാഖനെ തേടിയുള്ള യാത്രയ്ക്ക് തയ്യാറെടുക്കുന്നു. കടലിന്റെ ഇരമ്പൽ... കപ്പൽ സൈറൻ... കുഞ്ഞുണ്ണിയുടെ യാത്ര തുടരുന്നു. രാവും പകലും ആ യാത്രയ്ക്ക് അകമ്പടിയാകുന്നു.)

രംഗം 8
സ്ഥലം - സ്നേഹഭവൻ

സമയം – രാത്രി, ജീവന്റെ കിടപ്പുമുറി

(കഥയുടെ ബാക്കി കേൾക്കാനുള്ള ആകാംക്ഷയോടെയിരിക്കുന്ന ജീവൻ. കഥ മുറിഞ്ഞതിൽ അവൻ അസ്വസ്ഥനാണ്. ഒരു കിതപ്പോടെയിരിക്കുന്ന വൃദ്ധനായ കുഞ്ഞുണ്ണി)

ജീവൻ : പറയൂ... ബാക്കി കഥ പറയൂ

കുഞ്ഞു : ബാക്കി കഥ നാളെ.. അല്ലെങ്കിൽ ആബേലച്ചന്റെ ശകാരം മുഴുവൻ ഞാൻ കേൾക്കേണ്ടിവരും.

ജീവ : പോരാ.... എനിക്ക് ഇപ്പോ കേൾക്കണം ബാക്കി കഥ. *(കഥ കേൾക്കാനുള്ള ജീവന്റെ ആവേശത്തിന് മുന്നിൽ കിഴടങ്ങുന്ന കുഞ്ഞുണ്ണി)*

ജീവ : അങ്ങനെ വൈശാഖനെ തേടി കുഞ്ഞുണ്ണിയമ്മാവൻ യാത്ര തിരിച്ചു അല്ലേ.

(കുഞ്ഞുണ്ണി വീണ്ടും കഥ പറഞ്ഞ് തുടങ്ങുന്നു)

കുഞ്ഞു : അതെ. തീവണ്ടിയിലും കപ്പലിലും ലോറിയിലും ട്രക്കിലുമൊക്കെയായി ലോകം ചുറ്റിയ മാതിരി ഒരു യാത്ര. വിവിധ ദേശങ്ങൾ.. മനുഷ്യർ.. സംസ്കാരങ്ങൾ അവസാനം ആഫ്രിക്കയിൽ എത്തി.

ജീവ : ആഫ്രിക്ക, ആ ഇരുണ്ട ഭൂഖണ്ഡത്തിലോ...

കുഞ്ഞു : അതേ.സ്വർണ്ണവും രത്നങ്ങളും ഗർഭത്തിൽ ഒളിപ്പിച്ച ഒരു ഭൂമിക. മനുഷ്യന്റെ രൂപത്തിലോ മൃഗത്തിന്റെ രൂപത്തിലോ ഏത് നിമിഷം വേണമെങ്കിലും മരണം നമ്മുടെ മേൽ ചാടി വീഴാം. സിംഹങ്ങൾ മാത്രമല്ല, മനുഷ്യമാംസം കഴിക്കുന്ന മനുഷ്യരും വസിക്കുന്ന നാടാണ് ആഫ്രിക്ക.

(അത്ഭുതവും ഭയവും കലർന്ന വികാരത്തോടെ കഥ കേൾക്കുന്ന ജീവൻ. എവിടന്നോ ഉയരുന്ന ആഫിക്കൻ സംഗീതം. അതിനനുസരിച്ച് നൃത്തംചെയ്തു വരുന്ന ഒരു ആഫ്രിക്കൻ സംഘം)

രംഗം 9

സ്ഥലം - ആഫ്രിക്കൻ ദ്വീപ്

സമയം - പകൽ

(അരങ്ങ് ഒരു കിടപ്പുമുറിയായി മാറുന്നു. ഒരു കട്ടിലിൽ അബോധാവസ്ഥയിൽ കിടക്കുന്ന ബാലനായ കുഞ്ഞുണ്ണി. തലയിൽ ബാന്റേജ്. അവനേതോ അപകടത്തിൽപ്പെട്ടിരിക്കുന്നു. അവന് സമീപം നില്ക്കുന്ന അജ്ഞാതനായ ഒരു ചെറുപ്പക്കാരൻ. അയാൾ കുഞ്ഞുണ്ണിയെ ഉണർത്താൻ ശ്രമിക്കുന്നു.)

ചെറുപ്പക്കാരൻ: wake up man...wake up.. *(പതിയെ കണ്ണ് തുറക്കുന്ന കുഞ്ഞുണ്ണി പരിസരബോധം വീണ്ടെടുക്കുന്നു. തന്റെ മുന്നിൽ നില്ക്കുന്ന അജ്ഞാതനായ ചെറുപ്പക്കാരനെക്കണ്ട് ഒരു നിലവിളിയോടെ ഓടാൻ ശ്രമിക്കുന്ന കുഞ്ഞുണ്ണി. അവനെ തിരിച്ച് പിടിക്കുന്ന ചെറുപ്പക്കാരൻ)*

കുഞ്ഞു : അയ്യോ.. എന്നെ കൊല്ലല്ലേ...

മലയാളി : നിങ്ങൾ എന്താ ഈ കാണിക്കുന്നത്.. വീണ്ടും ആ നരഭോജികളുടെ മുന്നിൽ പോയി ചാടാനാണോ ഭാവം. എത്ര കഷ്ടപ്പെട്ടിട്ടാ നിങ്ങളെ രക്ഷിച്ചതെന്നറിയോ...

കുഞ്ഞു : ഞാനിപ്പോ എവിടെയാണ്... *(ചുറ്റാകെ നോക്കുന്ന കുഞ്ഞുണ്ണി)*

ചെറു : ആഫ്രിക്കയിൽ.. ആഫ്രിക്കയിൽ, കോംഗോയിൽ.

കുഞ്ഞു : *(ആരോടെന്നില്ലാതെ)* എനിക്കൊരാളെ കാണാനുണ്ട്.

ചെറു : ആരെ കാണാനായാലും ഇന്ന് ഇനി പോകാൻ

പറ്റില്ല: ഇത് വളരെ അപകടം പിടിച്ച ഒരു സ്ഥലമാണ്. നരഭോജികളും സിംഹങ്ങളും മാത്രമല്ല, ഇരുട്ടിൽനിന്ന് എപ്പോ വേണമെങ്കിലും ചാടി വീഴാവുന്ന കൊള്ളക്കാരുമുണ്ട്. ഞാൻ ഒരു മലയാളിയായതുകൊണ്ടാ അവർ നിന്നെ രക്ഷിച്ച് ഇവിടെകൊണ്ട് വന്നത്. നിങ്ങളുടെ പേര് കുഞ്ഞുണ്ണിയെന്നാണ്, അല്ലേ. ബോധംകെട്ട് കിടന്നപ്പോൾ നിങ്ങളുടെ പെട്ടി എനിക്കൊന്ന് പരിശോധിക്കേണ്ടി വന്നു. അങ്ങനെ മനസ്സിലായതാ. സാധാരണ മനുഷ്യർ വരാൻ മടിക്കുന്ന ഒരു നാടാ ഈ കോംഗോ. നിങ്ങൾ ആരോടൊപ്പമാ ഇവിടെ വന്നത്. ആരാ നിങ്ങളെ സഹായിച്ചത്.

കുഞ്ഞു : *(ഓർത്തെടുക്കുംപോലെ)* മന..മ്പാ..ടി

ചെറു : മനമ്പാടിയോ

കുഞ്ഞു : അതേ.. ഒരു മന്ത്രവാദിയാ... ബോംബേയിൽനിന്ന് ഞാൻ മൊമ്പാസ തുറമുഖത്തെത്തിയത്. കേളു നമ്പ്യാരെ കാണാനാ... മലയാളിയാ.. മലബാറുകാരൻ അയാളുടെ വ്യൂ ഓഫ് കെനിയ എന്ന ഹോട്ടലിൽ വച്ചാ ഈ മനമ്പാടിയെ ഞാൻ ആദ്യമായിട്ട് കാണുന്നത്.

ചെറു : മനമ്പാടി..

(അതെ എന്ന അർത്ഥത്തിൽ തലയാട്ടി തന്റെ അനുഭവം ചെറുപ്പക്കാരന് മുന്നിൽ വിവരിക്കുന്ന കുഞ്ഞുണ്ണി. ഹോട്ടൽ വ്യൂ ഓഫ് കെനിയ ഒരു ഫ്ളാഷ് ബാക്ക്)

രംഗം 10
സ്ഥലം - കേളു നമ്പ്യാരുടെ ഹോട്ടൽ, വ്യൂ ഓഫ് കെനിയ

സമയം - പകൽ

(തിരക്കുപിടിച്ച റെസ്റ്റോറന്റ്. കേളുനമ്പ്യാരും ഭാര്യയും അതിഥികളെ ഓടിനടന്ന് സല്ക്കരിക്കുന്നു. ഹോട്ടൽ ജീവനക്കാർക്ക് നിർദ്ദേശങ്ങൾ നല്കുന്ന കേളുനമ്പ്യാർ, ആളൊരു ചൂടനാണ്. അതിഥികൾക്കിടയിൽ വികൃതികാണിച്ച് നടക്കുന്ന മകനെ ശകാരിക്കുന്ന കേളുനമ്പ്യാർ)

കേളുനമ്പ്യാർ : *(ഭാര്യയോടായി)* എടീ ഈ ചെക്കനെ വിളിച്ച് അകത്ത്പോ. (ഒരു മൂലയ്ക്കിരിക്കുന്ന കുഞ്ഞുണ്ണി) എടാ കുഞ്ഞുണ്ണി.. നീ വരുന്നെന്ന് പറഞ്ഞ് ഒരു വർഷത്തിന് മുമ്പേ ബോംബേയിൽ നിന്നും കുറുപ്പ് എനിക്ക് ടെലഗ്രാം അടിച്ചതാ... പല ദിവസങ്ങളിലും ഞാൻ മൊമ്പാസ തുറമുഖത്ത് പോയി കാത്തുനിന്നു. എവിടെ കാണാൻ. നീ ആ കള്ളൻ ചെക്കിനിയുടെ വാക്കും കേട്ട് കാട് കേറിയില്ലേ... എന്തായാലും രക്ഷപ്പെട്ടത് ഭാഗ്യം. *(കുഞ്ഞുണ്ണിയുടെ നിരാശ)* കുഞ്ഞുണ്ണീ ഇവിടെ ഒരാൾക്ക് അടുത്ത നിമിഷം എന്ത് സംഭവിക്കുമെന്ന് ആർക്കും പറയാൻ കഴിയില്ല. മരണം എല്ലായിടത്തും പതുങ്ങിയിരിപ്പുണ്ട്. പിശാചും ദൈവവും മാറിമാറി വിളയാടുന്ന മണ്ണാ ഇത്.

കുഞ്ഞു : *(ചാടി എഴുന്നേറ്റ്)* എനിക്ക് അവനെ കണ്ടെത്തണം.

കേളു : ആരെ

കുഞ്ഞു : വൈശാഖനെ.. *(തന്റെ പെട്ടിയിൽനിന്ന് ഒരു ഫോട്ടോ എടുത്ത് കൊടുക്കുന്ന കുഞ്ഞുണ്ണി. അത്*

വാങ്ങി നോക്കുന്ന കേളുനമ്പ്യാർ. അയാൾ ആളെ തിരിച്ചറിയുന്നു.)

കേളു : ഈ പയ്യൻ ഇവിടെ വന്നിട്ടുണ്ട്. ഞാൻ കണ്ടിട്ടുണ്ട്. രണ്ട് മൂന്ന് വർഷമായിട്ടുണ്ടാകും. മലയാളിയായതുകൊണ്ട് പ്രത്യേകം ഓർത്തുവച്ചു.

കുഞ്ഞു : *(കുഞ്ഞുണ്ണി പ്രതീക്ഷയോടെ)* എവിടേക്കാ പിന്നെ അയാള് പോയത്

കേളു : കോംഗോ എന്ന രാജ്യത്തെ ഇട്ടൂറി എന്ന മോഹഭൂമിയിലേക്ക്

കുഞ്ഞു : കോംഗോ.. ഇട്ടൂറി.. *(സംശയത്തോടെ അവൻ നമ്പ്യാരെ നോക്കുന്നു)*

കേളു : കുഞ്ഞുണ്ണി കെനിയയിലെ ഈ മൊമ്പാസ തീരത്ത് വരുന്ന ഏത് മലയാളിയും കേളുനമ്പ്യാരുടെ വ്യൂ ഓഫ് കെനിയയിൽ വരാതെ പോകില്ല. *(പിന്നിലെ മേശയ്ക്കരുകിൽ മറ്റാരോടോ ഫലിതം പറഞ്ഞ് പൊട്ടിച്ചിരിക്കുന്ന ഒരു മലയാളി. അവിടേക്ക് നോക്കുന്ന കേളുനമ്പ്യാരും കുഞ്ഞുണ്ണിയും)*

കേളു : *(പതിഞ്ഞ ശബ്ദത്തിൽ)* കുഞ്ഞുണ്ണീ, ആ ചിരിക്കുന്നത് ആരാണെന്ന് അറിയോ, മലയാളിയാ ഒരു മലബാറുകാരൻ. *(സംശയത്തോടെ നോക്കുന്ന കുഞ്ഞുണ്ണി)* കഥയും നോവലുമൊക്കെ എഴുതും. സഞ്ചാരപ്രിയനാണ്. പേര് ശങ്കരൻകുട്ടി പൊറ്റക്കാട്.

കുഞ്ഞു : *(ആദരപൂർവ്വം)* എസ് കെ പൊറ്റക്കാട്

കേളു : മലയാളികൾ അദ്ദേഹത്തെ അങ്ങനെയാ വിളിക്കുന്നത് അല്ലേ

കുഞ്ഞു : ഞാൻ വായിച്ചിട്ടുണ്ട്. *(കുഞ്ഞുണ്ണി തിരിയുമ്പോൾ മുന്നിൽ എസ് കെ പൊറ്റക്കാട്)*

എസ് കെ : എന്താ കേളുനമ്പ്യാരെ ഒരു സ്വകാര്യം

കേളു : ഇത് കുഞ്ഞുണ്ണി... ആരാധകനാണ്.

കുഞ്ഞു : ഞാൻ ഈ അക്ഷരങ്ങളെ ഒന്ന് തൊട്ടോട്ടെ *(ബഹുമാനപൂർവ്വം എസ് കെയുടെ കാൽതൊട്ട് വന്ദിക്കുന്ന കുഞ്ഞുണ്ണി).*

കുഞ്ഞു : ആഫ്രിക്ക കാണാൻ ഇറങ്ങിയതാണോ...

എസ് കെ : അതെ സഞ്ചരിക്കലാണ് ഇഷ്ടം. അറിയാത്ത നാടുകളിലൂടെയൊക്കെ സഞ്ചരിക്കണം.. എല്ലായിടത്തും ജീവിതമുണ്ട്. പക്ഷേ, അത് കാണാനുള്ള കണ്ണാ വേണ്ടത്.

കുഞ്ഞു : ഇനി ഇവിടെനിന്ന് എങ്ങോട്ടാ യാത്ര...

എസ് കെ : ഇനിയും ഈ കാപ്പിരികളുടെ നാട്ടിൽ എത്രയോ സ്ഥലങ്ങൾ കാണാനിരിക്കുന്നു. ഉഗാണ്ട... സുഡാൻ അങ്ങനെ അനവധി...

കുഞ്ഞു : തിരിച്ച് ചെന്ന് യാത്രയെക്കുറിച്ചെഴുതുമായിരിക്കും. അല്ലേ..

എസ് കെ : എഴുതും. യാത്രയെക്കുറിച്ച് മാത്രമല്ല ഇവിടെക്കണ്ട ജീവിതങ്ങളെക്കുറിച്ച്, പരിചയപ്പെട്ട മനുഷ്യരെക്കുറിച്ച്.

കുഞ്ഞു : എന്നെക്കുറിച്ചും എഴുതുമോ...

എസ് കെ : എഴുതാം കുഞ്ഞുണ്ണി. നിന്റെ ലക്ഷ്യം നേടാനാകട്ടെ. ദാ ഈ മധുരം കഴിച്ചോളു. *(എസ് കെ തന്റെ കൈയിലിരിക്കുന്ന മധുരം കുഞ്ഞുണ്ണിക്ക് നീട്ടുന്നു. അവൻ അതു വാങ്ങി ആർത്തിയോടെ കഴിക്കുന്നു.)* ദേ അവിടെ ഒരു വൃദ്ധൻ ഇരുപ്പുണ്ട്. മനമ്പാടി, ഒരു ജ്ഞാന വൃദ്ധൻ ചിലപ്പോൾ നിനക്കുതകും. മിസ്റ്റർ നമ്പ്യാർ ഞാൻ വരാം...

കേളു : സാർ

(എസ് കെയെ യാത്രയാക്കുന്നു അദ്ദേഹം ചൂണ്ടിയ ഭാഗത്തേക്ക് നോക്കുന്ന കുഞ്ഞുണ്ണി. അവിടെ നൂറിനടുത്ത് പ്രായം വരുന്ന ജരാനരകൾ ബാധിച്ച ഒരു വൃദ്ധനിരിക്കുന്നു,

മനമ്പാടി. വല്ലാത്തൊരു ആകർഷണീയത ആ മുഖത്തിനുണ്ട്. കുഞ്ഞുണ്ണി തന്റെ പെട്ടിയുമായി പുറത്തേക്കിറങ്ങുന്നു. പിന്നാലെവരുന്ന കേളുനമ്പ്യാർ അവനെ ശകാരിക്കുന്നു.)

കേളു : കുഞ്ഞുണ്ണി.. ഈ പോണത് അപകടത്തിലേക്കാണ്. നീ പറയുമ്പോലെ കോംഗോയിലേക്ക് പോകാൻ അത്ര എളുപ്പമല്ല.

കുഞ്ഞു : ഞാൻ പോകും... അവൻ എവിടെ ഉണ്ടെങ്കിലും എനിക്കവനെ കണ്ടുപിടിക്കണം. ആ വൈശാഖനെ.....

കേളു : *(രോഷത്തോടെ)* എന്നാ നീ പൊയ്ക്കോ.. ബോംബേയിലെ കുറുപ്പിന് ഞാൻ കമ്പിയടിച്ചേക്കാം നീ ചത്തുപോയെന്ന്.

(കേളുനമ്പ്യാരെ നോക്കുന്ന കുഞ്ഞുണ്ണി, അവന്റെ അരികിലേക്ക് വരുന്ന മനമ്പാടി)

മനമ്പാടി : കോംഗോയിലേക്ക് നിന്നെ ഞാൻ കൊണ്ടുപോകാം...

കേളു : നിങ്ങൾ ആരാണ്.

മനമ്പാടി : ഞാൻ മനമ്പാടി.. ഒരു മന്ത്രവാദിയാണ്.

(പെട്ടെന്ന് ഒരു മാന്ത്രികനെപ്പോലെ അന്തരീക്ഷത്തിൽനിന്ന് പൂവെടുത്ത് കുഞ്ഞുണ്ണിക്ക് നീട്ടുന്ന മനമ്പാടി. കുഞ്ഞുണ്ണിയുടെ അത്ഭുതം... പൂ വാങ്ങുന്നു)

കുഞ്ഞു : നിങ്ങൾ എന്നെ കോംഗോയിലേക്ക്...

മനമ്പാടി : കൊണ്ടുപോകാം.. *(കുഞ്ഞുണ്ണിയുടെ സന്തോഷം, കേളുനായരുടെ സംശയം)*

കേളു : നിങ്ങളെന്തിനാണ് കോംഗോയിലേക്ക് പോകുന്നത്

മനമ്പാടി : എന്റെ ഗുരുവിനെക്കാണാൻ

കുഞ്ഞു : നിങ്ങളുടെ ഗുരുവോ... *(മനമ്പാടി എന്ന വൃദ്ധമാന്ത്രികനെ അടിമുടി നോക്കുന്ന കുഞ്ഞുണ്ണി)*

മനമ്പാടി : ങാ... 120 വയസ്സ് പ്രായം വരും

കേളു : *(അസ്വസ്ഥതയോടെ)* ദേ ഞാനൊരു കാര്യം പറയാം ഇവനൊരു കുഞ്ഞാ.. അപകടമൊന്നും പറ്റരുത്.

മനമ്പാടി : ഞാൻ ജീവിച്ചിരിക്കുന്നതുവരെ ഇവനൊന്നും സംഭവിക്കില്ല.

കേളു : മരിച്ചാൽ

മനമ്പാടി : പിന്നെ എനിക്കൊന്നും ചെയ്യാൻ കഴിയില്ല. *(ചിരിക്കുന്നു. കുഞ്ഞുണ്ണിയോടായി)* കുഞ്ഞേ.. നീ അന്വേഷിക്കുന്ന ആളെ കണ്ടെത്താൻ ഞാൻ സഹായിക്കാം.

(ഉറച്ചമനസ്സോടെ നില്ക്കുന്ന മനമ്പാടി. കുഞ്ഞുണ്ണിയുടെ പ്രതീക്ഷ. രണ്ടുപേരേയും ഒന്ന് നോക്കിയിട്ട് കുഞ്ഞുണ്ണിക്ക് പെട്ടിയെടുത്ത് കൊടുക്കുന്ന കേളുനമ്പ്യാർ. അത് കുഞ്ഞുണ്ണിയുടെ യാത്രയ്ക്കുള്ള അനുമതിയായി കണക്കാക്കാം)

മനമ്പാടി : വരൂ.. പുറപ്പെടാം... കാൽനടയായിട്ടാവും യാത്ര... എന്താ.. വിരോധമുണ്ടോ..

കുഞ്ഞു : ഇല്ല..

(പെട്ടിയുമായി മനമ്പാടിയെ അനുഗമിക്കുന്ന കുഞ്ഞുണ്ണി. പശ്ചാത്തലത്തിൽ ആഫ്രിക്കൻ ഗോത്രവർഗ്ഗത്താളം. വീണ്ടും തുടരുന്ന കുഞ്ഞുണ്ണിയുടെ യാത്രയിൽ വെളിച്ചം മങ്ങിത്തെളിയുന്നു)

രംഗം 11
സ്ഥലം - കാട്

സമയം - സന്ധ്യ

(പശ്ചാത്തലത്തിൽ കാടിന്റെ വന്യമായ ശബ്ദങ്ങൾ, കാട്ടുവഴികളിലൂടെ നടക്കുന്ന കുഞ്ഞുണ്ണിയും മനമ്പാടിയും. അക്ഷോഭ്യനാണ് മനമ്പാടി. പ്രായത്തെ വെല്ലുന്ന കരുത്ത്. കാടും മേടും അയാൾക്ക് സുപരിചിതം. ഭയത്തോടെയാണ് കുഞ്ഞുണ്ണി

യുടെ ഓരോ ചുവടുകളും. അവന് അജ്ഞാതമായ ഭൂപ്രദേശങ്ങളിലൂടെയുള്ള യാത്ര...)

കുഞ്ഞു : എവിടെയാണ് കോംഗോ....

മനമ്പാടി : ഏഴുനാൾ.. ഇനിയും ഏഴുനാളുകൂടി നടക്കണം. കാടും മേടും താണ്ടണം. എന്താ നിനക്ക് പേടിയുണ്ടോ... *(നിശ്ചയദാർഢ്യം സ്ഫുരിക്കുന്ന മനമ്പാടിയുടെ മുഖം കുഞ്ഞുണ്ണിയിൽ ധൈര്യം പകരുന്നു)*

കുഞ്ഞു : ഇല്ല...

മനമ്പാടി : എന്തുകൊണ്ട്...

കുഞ്ഞു : എന്നോടൊപ്പം അങ്ങില്ലേ...

മനമ്പാടി : നിനക്ക് മന്ത്രവാദം പഠിക്കണ്ടേ...

കുഞ്ഞു : വേണം.

(പെട്ടെന്ന് കാടുപോലും ഞെട്ടിവിറയ്ക്കുന്ന അട്ടഹാസങ്ങൾ. പേടിച്ച് വിറയ്ക്കുന്ന കുഞ്ഞുണ്ണി. അവർക്ക് മുന്നിലേക്ക് ആയുധങ്ങളുമായി ചാടിവീഴുന്ന കൊള്ളക്കാർ)

കൊള്ള
സംഘത്തലവൻ : ഈ കൊടുങ്കാട്ടിൽ എന്റെ സാമ്രാജ്യത്തിൽ രണ്ട് കൃമികീടങ്ങൾ. *(സംഘത്തോട്)* കൈയിലുള്ളത് എന്താണന്ന് വച്ചാ വാങ്ങിച്ചിട്ട് കൊന്നുകളഞ്ഞേക്ക്. ശവം തുണ്ടം തുണ്ടമായി വെട്ടിയരിഞ്ഞ് നരഭോജികൾക്ക് എറിഞ്ഞ് കൊടുത്തേക്ക്. *(കുഞ്ഞുണ്ണിയെ പിടിച്ച് സംഘത്തിന്റെ ഇടയിലേക്ക് എറിഞ്ഞുകൊണ്ട്)* ഇളം മാംസമാണ്. വേദനിപ്പിക്കാതെവേണം കൊത്താൻ.

കുഞ്ഞു : അയ്യോ. *(കാട്ടിൽ മുഴങ്ങുന്ന കുഞ്ഞുണ്ണിയുടെ നിലവിളി. നിർവ്വികാരനായി നില്ക്കുന്ന മനമ്പാടി)*

സംഘം : വാ... വാ.... *(കുഞ്ഞുണ്ണിയെ കടന്ന് പിടിക്കുന്നു.*

പെട്ടെന്ന് തന്റെ പാദമുയർത്തി ഭൂമിയിലേക്ക് ആഞ്ഞ് ചവിട്ടുന്ന മനമ്പാടി.... നിമിഷങ്ങൾ കൊണ്ട് ഭൂമിയേയും ആകാശത്തേയും പ്രകമ്പനം കൊള്ളിക്കുന്ന ഇടിമിന്നലും കൊടുങ്കാറ്റും സൃഷ്ടിക്കുന്നു. വേരോടെ പിഴുത് വീഴുന്ന മരങ്ങൾ. അകലങ്ങളിലേക്ക് തെറിച്ച് വീഴുന്ന കൊള്ളക്കാർ. ഈ കാഴ്ചകണ്ട് അന്തംവിട്ട് നില്ക്കുന്ന കുഞ്ഞുണ്ണി. മനമ്പാടി എന്ന മഹാ മാന്ത്രികന്റെ വിശ്വരൂപം)

മനമ്പാടി : ഞാൻ വിളിച്ചാൽ ഈ പ്രപഞ്ചം തന്നെ ഇളകി വരില്ലേ.. (മനമ്പാടിയുടെ അതീന്ദ്രിയ ശക്തിവിശേഷം കുഞ്ഞുണ്ണിയെ അത്ഭുതപ്പെടുത്തുന്നു. നില്ക്കുന്ന പ്രകൃതിക്ഷോഭത്തോടൊപ്പം രംഗവും ഇരുളുന്നു)

രംഗം 12
കുഞ്ഞുണ്ണിയും ചെറുപ്പക്കാരനും

(കെനിയയിൽനിന്നും കോംഗോയിലേക്കുള്ള യാത്രമദ്ധ്യേ നടന്ന കഥകളൊക്കെ പറഞ്ഞ് തീർന്ന് ഒരു കിതപ്പോടെ ഇരിക്കുന്ന കുഞ്ഞുണ്ണി. അജ്ഞാതനായ ആ ചെറുപ്പക്കാരൻ കുഞ്ഞുണ്ണിയെ സശ്രദ്ധം വീക്ഷിക്കുന്നു)

ചെറു : പിന്നെ എന്തൊക്കെയാ അവിടെ നടന്നത്

കുഞ്ഞു : *(ഓർമ്മകളിൽ എന്നോണം)* കൊടുങ്കാറ്റ്... പേമാരി..... ഇടിമിന്നൽ.. പ്രപഞ്ചത്തിന്റെ എല്ലാ ശക്തികളും ആ വിരൽ തുമ്പിലാണെന്ന് എനിക്ക് തോന്നിപ്പോയി. കൊള്ളക്കാർ കീഴടങ്ങി.. അവരാ ഇങ്ങോട്ടുള്ള വഴി പറഞ്ഞ് തന്നത്.

ചെറു : അപ്പോ മനമ്പാടി...

കുഞ്ഞു : *(വിഷമത്തോടെ)* മനമ്പാടി മരിച്ചു... യാത്രയ്ക്കിടയിൽ ഇന്നലെ എന്റെ ഈ കൈകളിൽ കിടന്ന്... അദ്ദേഹത്തിന്റെ ആഗ്രഹപ്രകാരം ശവം ഞാൻ പുഴയിലൊഴുക്കി. അതിങ്ങനെ ഓളങ്ങൾക്കൊപ്പം ഒഴുകിയൊഴുകി അവസാനം ഒരു പറവയായി പൂവിന്റെ ഗന്ധമായി.. ചിലപ്പോൾ ഒരു മഴയായി അദ്ദേഹം എന്നോടൊപ്പം ഉണ്ടാവും. *(കണ്ണ് തുടച്ച് തന്റെ പെട്ടിയും എടുത്ത് വീണ്ടും യാത്രതുടങ്ങുന്ന കുഞ്ഞുണ്ണി)*

ചെറു : *(അവനെ തടഞ്ഞുകൊണ്ട്)* കുഞ്ഞുണ്ണി നിന്നേ.. നീ അന്വേഷിച്ചുവന്ന ആളിന്റെ പേരെന്താ....

കുഞ്ഞു : വൈശാഖൻ

ചെറു : ഫോട്ടോ ഉണ്ടല്ലേ. കൈയിൽ...

കുഞ്ഞു : എന്തിനാ...

ചെറു : എനിക്ക് നിങ്ങളെ സഹായിക്കാൻ പറ്റുമോ എന്ന് നോക്കാനാ... *(കുഞ്ഞുണ്ണി പെട്ടിതുറന്ന് ഫോട്ടോ എടുത്ത് കൊടുക്കുന്നു. ഫോട്ടോയിലേക്ക് നോക്കി സ്വയം ചിരിക്കുന്ന ചെറുപ്പക്കാരൻ. പിന്നെ അയാൾ പൊട്ടിച്ചിരിക്കുന്നു.)*
(അസ്വസ്ഥനാകുന്ന കുഞ്ഞുണ്ണി)

ചെറു : കോംഗോയിൽ വച്ച് കുഞ്ഞുണ്ണി ഇയാളെ കണ്ടു.. കണ്ടുകൊണ്ടേയിരിക്കുന്നു.

കുഞ്ഞു : മനസ്സിലായില്ല. *(അരങ്ങിലൂടെ താളാത്മകമായി ഒരു പ്രത്യേകരീതിയിൽ നടക്കുന്ന ചെറുപ്പക്കാരൻ. കുഞ്ഞുണ്ണിയുടെ ആകാംക്ഷ. പെട്ടെന്ന് തന്റെ തൊപ്പിയും കണ്ണാടിയും മാറ്റുന്ന ചെറുപ്പക്കാരൻ)*

ചെറു : ഇനിയൊന്ന് നോക്കൂ.. ഈ മുഖത്തേക്ക് നോക്കു. *(അയാളെ സൂക്ഷം നോക്കുന്ന കുഞ്ഞുണ്ണി).*

കുഞ്ഞു : വൈശാഖൻ.. *(അത്ഭുതം)* വൈശാഖൻ...

വൈശാഖൻ.. : അതെ കുഞ്ഞുണ്ണി.. നീ അന്വേഷിക്കുന്ന മണിമലകൊട്ടാരത്തിലെ മാർത്താണ്ഡന്റെ മകൻ വൈശാഖൻ. നിനക്ക് വേണ്ടത് ആ ചിത്രപുസ്തകമല്ലേ.. എന്റെ കൈയിലുള്ള ആ ചിത്രപുസ്തകം. മണിമലകൊട്ടാരത്തിലെ നിധി പേടകം തുറക്കാനുള്ള താക്കോൽ... അല്ലേ..

കുഞ്ഞു : അതേ.

വൈശാ : എങ്ങനെ മനസ്സിലായിയെന്നാവും. പറഞ്ഞില്ലേ നിന്റെ പെട്ടി ഞാൻ പരിശോധിച്ചുവെന്ന്. യാത്രാരേഖകളിൽനിന്നും ഡയറിയിൽ നിന്നുമായി നിന്റെ ഉദ്ദേശം എനിക്ക് മനസ്സിലായി. പക്ഷേ, കുഞ്ഞുണ്ണി നിരാശപ്പെടേണ്ടിവരും. ആ ചിത്രപുസ്തകം എന്റെ കൈയിൽ ഇല്ല. *(കുഞ്ഞുണ്ണിയുടെ ഞെട്ടൽ)*

കുഞ്ഞു : നിങ്ങൾ അങ്ങനേ പറയൂ... അച്ഛന്റെ കാലശേഷം നിധി ഒറ്റയ്ക്ക് സ്വന്തമാക്കാനുള്ള പദ്ധതി. അതിന് വേണ്ടിയല്ലേ നാട് വിട്ടത്. അതും സ്വർണ്ണം വിളയുന്ന ഈ മണ്ണിലേക്ക് ദുരാഗ്രഹം വൈശാഖൻ... ഞാനൊരു കുട്ടിയാണ് പക്ഷേ, മണ്ടനല്ല.

വൈശാ : കുട്ടി.. നീയൊരു മണ്ടനല്ലെങ്കിൽ ഞാൻ പറയുന്നത് നിനക്ക് മനസ്സിലാവും. ആ ചിത്രപുസ്തകം ഞാനെടുത്തുമാറ്റാൻ കാരണം എന്റെ അച്ഛനെപ്പോലുള്ള ഒരാളുടെ കൈയിൽ അത് എത്താൻ പാടില്ല. അയാൾക്ക് ആ നിധി കിട്ടിയാൽ... പണവും അധികാരവും ഒരുമിച്ചാൽ അയാൾ ഒരു ചെകുത്താനായി മാറും. പിന്നെ സമൂഹത്തിന് നാശം വിതയ്ക്കും. പണവും അധികാരവും എത്തേണ്ടത് നല്ല കൈകളിലാണ്. വിശുദ്ധമായ കൈകളിൽ.

കുഞ്ഞു : അപ്പോ. ആ ചിത്രപുസ്തകം

വൈശാ : *(തന്റെ തലയിൽ തൊട്ടുകൊണ്ട്)* അതിപ്പോ ഇവിടെയാണ്. എന്റെ തലയ്ക്കുള്ളിൽ, എന്റെ തലച്ചോറിനുള്ളിൽ ആ സ്കെച്ച് ഞാൻ സൂക്ഷിക്കുന്നുണ്ട്.

കുഞ്ഞു : അപ്പോ പുസ്തകം

വൈശാ : അത് ഞാൻ കത്തിച്ചുകളഞ്ഞു.. *(കുഞ്ഞുണ്ണിയെ ആശ്വസിപ്പിച്ചുകൊണ്ട്.)* നിരാശ വേണ്ട. നീയൊരു നല്ല കുട്ടിയാണെന്ന് എനിക്കറിയാം. എന്റെ തലച്ചോറിൽനിന്ന് ഞാൻ അത് പകർത്തിത്തരാം. പക്ഷേ, ഒരു നിബന്ധന – എന്റെ അച്ഛന്റെ മരണം കഴിഞ്ഞേ നീ അതുമായി മണിമലകൊട്ടാരത്തിൽ പോകാവൂ.

കുഞ്ഞു : സമ്മതം

വൈശാ : പക്ഷേ, നിധി ഉപയോഗിക്കേണ്ടത് കണ്ണും കാതും നഷ്ടപ്പെട്ടവർക്ക് വേണ്ടിയായിരിക്കണം.

കുഞ്ഞു : പൂർണ്ണസമ്മതം *(സന്തോഷത്തോടെ കുഞ്ഞുണ്ണിയുടെ ഡയറിയിൽ ചിത്രപ്പൂട്ടിന്റെ സ്കെച്ച് വരയ്ക്കുന്ന വൈശാഖൻ. കൗതുകം നിറച്ച കണ്ണുകളുമായി അത് നോക്കിനില്ക്കുന്ന കുഞ്ഞുണ്ണി. ഓരോ വരകളിലും തെളിഞ്ഞുവരുന്ന നിധികുംഭശേഖരം. കുഞ്ഞുണ്ണിയുടെ മാനസികാവസ്ഥ ദ്യോതിപ്പിക്കുന്ന സംഗീതം. ചിത്രപ്പൂട്ട് വരച്ച ഡയറി വൈശാഖൻ കുഞ്ഞുണ്ണിയെ ഏല്പിക്കുന്നു. ആ വരകളിലൂടെ കൈയോടിക്കുന്ന കുഞ്ഞുണ്ണി ഓരോ വരകളും ഓരോ നിധികുംഭങ്ങളായി അവന് തോന്നുന്നു. കുഞ്ഞുണ്ണി സ്വയം മറന്ന് ഉറക്കെ)*

കുഞ്ഞു : ഹായ്... ചിത്രപുസ്തകം എന്റെ കൈയിൽ... സ്വർണ്ണം.. മരതകം..മാണിക്യം... വൈഡൂര്യം... പവിഴം.. *(ഒരു ഫാന്റസിയിലെന്നോണം കുഞ്ഞു*

ണ്ണിക്ക് ചിത്രപ്പൂട്ടിന്റെ സ്കെച്ച് രേഖപ്പെടുത്തിയ ഡയറി ഒരു നിധിശേഖരമായി തോന്നുന്നു)

കുഞ്ഞു : *(വീണ്ടും)* സ്വർണ്ണം.. മരതകം.. മാണിക്യം... വൈഡൂര്യം... പവിഴം.. *(ഡയറിയിൽനിന്നും കുഞ്ഞുണ്ണിയുടെ മുഖത്തേക്ക് വീഴുന്ന രത്നശോഭ തെളിഞ്ഞ് മങ്ങുന്നു.)*

രംഗം 13
സ്ഥലം – സ്നേഹഭവൻ

ജീവന്റെ കിടപ്പ് മുറി
സമയം – രാത്രി

(ഉയർന്ന് കേൾക്കുന്ന ജീവന്റെ ശബ്ദം.... സ്വർണ്ണം, മരതകം.. മാണിക്കം.. വൈഡൂര്യം, പവിഴം ഒരു സ്വപ്നത്തിൽനിന്നും ഞെട്ടി ഉണരുന്ന ജീവൻ ചുറ്റാകെ നിധി തിരയുന്നു.)

ജീവൻ : സ്വർണ്ണം.. മരതകം.. മാണിക്കം... വൈഡൂര്യം.. പവിഴം ഇതാ നിധി *(അരങ്ങിലൂടെ ഒരു സ്വപ്നാടകനെപ്പോലെ സഞ്ചരിക്കുന്ന ജീവൻ. ബഹളംകേട്ട് അവിടേക്ക് ഓടിവരുന്ന പ്രഭാകരൻ)*

ജീവ : പ്രഭാകരൻ ചേട്ടാ... കണ്ടോ.. കണ്ടോ.... ഈ അറയിൽ സ്വർണ്ണം. ഇതിൽ മരതകം. ദേ ഇതിൽ മാണിക്യം

പ്രഭാ : എങ്ങനാ...

ജീവ : ഈ അറയിലാ സ്വർണ്ണം *(ജീവനെ അടിമുടി നോക്കുന്ന പ്രഭാകരൻ അവന്റെ ഭാവമാറ്റം ശ്രദ്ധിക്കുന്നു. അകത്തേക്ക് നോക്കി)*

പ്രഭാ : അച്ചോ... ആബേലച്ചോ... ചെറുക്കന് വട്ടായേ... *(ജീവനെ നോക്കി)* പോത്തുപോലെ കിടന്നുറങ്ങീട്ട് സ്വപ്നങ്ങളും മറ്റും കണ്ടിട്ട് മനുഷ്യനെ കൊതിപ്പിക്കുന്ന ഓരോ വാക്കുകൾ... സ്വർണ്ണം.. വെള്ളി....

ജീവ : സ്വപ്നമല്ല.... സ്വപ്നമല്ല പ്രഭാകരൻചേട്ടാ. മണിമലക്കുന്നിൽ നിധിയുണ്ടെന്ന്... നിധി

പ്രഭാ : *(ഉറക്കെ)* അയ്യോ അച്ചോ, ചെറുക്കന് വീണ്ടും വട്ടായേ ...... *(അവിടേക്ക്വരുന്ന ആബേലച്ചൻ)*

ആബേ : എന്താ...എന്താ..

ജീവ : അച്ചോ..കുഞ്ഞുണ്ണിയെവിടെ.. അല്ല കുഞ്ഞുണ്ണിയമ്മാവൻ.

ആബേ : കുഞ്ഞുണ്ണിയോ...

ജീവ : അതേ ഇന്നലെ വന്ന നമ്മുടെ പുതിയ ഗേറ്റ് വാച്ചർ.

ആബേ : ഓ കുഞ്ഞുണ്ണി.... *(നീട്ടി വിളിക്കുന്നു)* കുഞ്ഞുണ്ണീ....

(ഈ സമയം പട്ടികളുടെ കുരയും ഓരിയിടലും അകത്തേക്ക് വരുന്ന മുടന്തനായ ഒരു വൃദ്ധൻ. ആദ്യഭാഗത്ത് നമ്മൾ കണ്ട കുഞ്ഞുണ്ണിയുമായി യാതൊരു സാദൃശ്യവുമില്ലാത്ത മറ്റൊരു വൃദ്ധൻ.)

വൃദ്ധൻ : *(വിക്കോടെ)* എന്താ അച്ചോ....

ആബേ : *(ജീവനോടായി)* ദാ ഇതാണ് ആ കുഞ്ഞുണ്ണി...

ജീവ : *(സംശയത്തോടെ)* അച്ചോ ഇതല്ല. വേറൊരു കുഞ്ഞുണ്ണി... മന്ത്രവാദിയായ, ചിത്രപുസ്തകം തേടി ആഫ്രിക്കയിലേക്ക് പോയ കുഞ്ഞുണ്ണി. കുഞ്ഞുണ്ണിയമ്മാവൻ.

വൃദ്ധൻ : അയ്യോ ഞാനൊരു പാവമാണേ...

പ്രഭാ : ഇത് മന്ത്രവാദിയൊന്നുമല്ല. വിക്കൻ കുഞ്ഞുണ്ണി. (ആശയക്കുഴപ്പത്തിലാകുന്ന ജീവൻ. പരസ്പരം നോക്കുന്ന ആബേലച്ചനും പ്രഭാകരനും. എന്ത് ചെയ്യണമെന്നറിയാതെ എല്ലാവരേയും മാറി മാറി നോക്കുന്ന വിക്കൻ കുഞ്ഞുണ്ണി. പുറത്തുനിന്ന് കേൾക്കുന്ന ജീവാ എന്ന വിളി. ചുറ്റും നോക്കുന്ന ജീവനും രംഗവാസികളും. പ്രേക്ഷകർക്കിട

യിലൂടെ ഒരു പുസ്തകവുമായി പുഞ്ചിരിയോടെ അരങ്ങിലേക്ക് വരുന്ന ഒരു മദ്ധ്യവയസ്ക.)

ആബേ : *(സന്തോഷത്തോടെ)* ദാ വരുന്നു നിന്റെ ഗീത ടീച്ചർ

ജീവൻ : *(ഓടിച്ചെന്ന്)* ടീച്ചറേ... കുഞ്ഞുണ്ണിയമ്മാവൻ...

ഗീതടീച്ചർ : ജീവാ നീ കണ്ടതൊക്കെ സ്വപ്നങ്ങളായിരുന്നു.

ജീവ : അല്ല ടീച്ചർ... ഈ നില്ക്കുന്ന അച്ചനും ടീച്ചറുമൊക്കെ സത്യമാണെങ്കിൽ ഞാൻ കണ്ട കുഞ്ഞുണ്ണിയും സത്യമാണ്. കുഞ്ഞുണ്ണി മണിമലക്കുന്നിലേക്ക് പോയോ. കുഞ്ഞുണ്ണിയമ്മാവന് നിധി കിട്ടിയോ.. *(ഭ്രാന്തമായൊരവസ്ഥയിൽ ജീവൻ കുഞ്ഞുണ്ണിയേയും നിധിയേയുംകുറിച്ച് പറഞ്ഞുകൊണ്ടേയിരിക്കുന്നു. അവനെ യാഥാർത്ഥ്യത്തിലേക്ക് തിരിച്ച്കൊണ്ടു വരാൻ ശ്രമിക്കുന്ന ഗീത ടീച്ചറും ആബേലച്ചനും)*

ഗീത : എനിക്കറിയാം.. അച്ചോ. ജീവൻ ഒരു സ്വപ്ന ജീവിയാണ്. അക്ഷരങ്ങളെ സ്വപ്നം കാണുന്ന, കഥകളെ സ്വപ്നം കാണുന്ന ഒരു കുട്ടി. ഇവൻ കണ്ട സ്വപ്നങ്ങളൊക്കെ കഥകളായി എനിക്ക് പറഞ്ഞ് തന്നിട്ടുണ്ട്.

ആബേ : അതിന് അക്ഷര രൂപം കൊടുക്കണ്ടേ ടീച്ചറെ.........

ഗീത : വേണം... *(ജീവനോടായി)* നിനക്ക് മനസ്സിലായില്ലേ. എഴുതാൻ.. സ്വപ്നം കണ്ടതും കണ്ണുകൊണ്ട് കണ്ടതും എഴുതാൻ..എഴുതണം.. അച്ചോ സ്കൂൾ ലൈബ്രറിയിലെ എല്ലാ പുസ്തകങ്ങളും വായിച്ചുതീർത്ത ഒരു കുട്ടിയേയുള്ളു അത് ഇവനാ... *(ഒരു പുസ്തകം എടുത്ത് നീട്ടുന്നു)* ദാ... നീ ആവശ്യപ്പെട്ട പുസ്തകം *ഒരു ദേശത്തിന്റെ കഥ* എഴുത്ത്...

ജീവൻ : എസ് കെ പൊറ്റക്കാട്. *(ആർത്തിയോടെ ആ പുസ്തകവും വാങ്ങി അകത്തേക്ക് ഓടാൻ തുടങ്ങുന്ന ജീവൻ.)*

ഗീത : പിടിക്കവനെ... പ്രഭാകരാ.... പിടിക്കവനെ.. പിടിക്കാൻ.

പ്രഭ : *(ജീവനെ പിടിക്കുന്നു)* ദാ.. ജീവൻ ഹാജർ

ഗീത : അകത്തേക്കല്ല... പുറത്തേക്ക്... പുറത്തേക്കാ നിന്നെ ഞാൻ ഇനി കൊണ്ടു പോകുന്നത്. അക്ഷരങ്ങളുടെ ലോകത്തേക്ക്...

ആബേ : ടീച്ചറെ..

ഗീത : അച്ചോ നിങ്ങളുടെ ഈ സ്നേഹഭവന്റെ സ്നേഹ ത്തണലിൽനിന്ന് ഒരു സ്പോൺസറും ദത്തെടു ക്കാത്ത ഈ കുഞ്ഞിനെ ഞാൻ എടുത്തോട്ടേ. എന്റെ കുഞ്ഞായി ഞാൻ ഇവനെ വളർത്തും. *(മറ്റുള്ളവരുടെ സന്തോഷം)*

ജീവൻ : *(ഇടറിയ ശബ്ദത്തിൽ)* ടീച്ചറെ...

ആബേ : സന്തോഷം നിറഞ്ഞ സന്തോഷം. പ്രൈസ് ദ ലോഡ് *(പ്രാർത്ഥനാപൂർവ്വം കുരിശ് വരയ്ക്കുന്ന ആബേലച്ചൻ.*

പ്രഭാ : ഇതിൽപ്പരം വലിയ കാര്യമുണ്ടോ... സന്തോഷം കൊണ്ട് നിറഞ്ഞ ജീവന്റെ കണ്ണുകൾ. കൈയിൽ എസ് കെ പൊറ്റക്കാട്)

ഗീത : വരൂ ജീവൻ

ആബേ : ഇനിയുള്ള നിന്റെ യാത്രയിൽ അക്ഷരങ്ങൾ നക്ഷത്രങ്ങളേപ്പോലെ വെളിച്ചം പൊഴിക്കട്ടെ. *(അച്ചന്റെ കാല്ക്കൽ വണങ്ങുന്ന ജീവൻ)*

ഗീത : മോനെ ഇനി നമുക്ക് യാത്ര തുടങ്ങാം നിന്റെ സ്വപ്നങ്ങൾ സാക്ഷാൽക്കരിക്കാൻ വേണ്ടിയുള്ള യാത്ര. അക്ഷരഖനി തേടിയുള്ള യാത്ര.. *(ജീവനേയുംകൊണ്ട് പ്രേക്ഷകർക്കിടയിലൂടെ*

അകലങ്ങളിലേക്ക് നടന്ന് നീങ്ങുന്ന ഗീത ടീച്ചർ. സന്തോഷംകൊണ്ട് നിറഞ്ഞ കണ്ണുകളോടെ ആ യാത്ര നോക്കിനില്ക്കുന്ന ആബേലച്ചൻ)

ആബേ : *(പ്രേക്ഷകരോടായി)* ആ യാത്രയിൽ എവിടെയോ വച്ച് ജീവന്റെ സ്വപ്നങ്ങൾക്ക് തീപിടിച്ചു. അവസാനം അക്ഷരങ്ങൾ ഒരു ലാവപോലെ പുറത്തേക്ക് ഒഴുകി. കുഞ്ഞുണ്ണി പറഞ്ഞകഥയും ബാക്കി ഭാവനയും ചേർത്തൊരു പുസ്തകരൂപമുണ്ടായി. അതിന് കേന്ദ്ര സാഹിത്യ അക്കാദമി അവാർഡ് ലഭിച്ചു അതാണ് *കുഞ്ഞുണ്ണിയുടെ യാത്ര പുസ്തകം.*

(അപ്പോഴും യാത്ര തുടരുന്ന ഗീത ടീച്ചറും ജീവനും. വീണ്ടും കേൾക്കുന്ന നാടൻപാട്ട്. അതിനനുസരിച്ച് ചുവടുകൾ വച്ച് പട്ടം പറത്തി അരങ്ങിലേക്ക് ഓടിവരുന്ന കുട്ടികൾ. അവർക്കിടയിൽ കഥാപാത്രങ്ങളായി അരങ്ങിൽ വന്ന നടീനടൻമാർ. അവർ പ്രേക്ഷകരെ അഭിവാദ്യം ചെയ്യുന്നു. ഉയരുന്ന പട്ടങ്ങളും നാടൻപാട്ടും. പതിയെ പ്രകാശം പൊലിയുന്നു.)

അനുബന്ധം 1

നിൽക്കുമെന്ന് ഉറപ്പുള്ള ഒരു പുസ്തകം

ജി ആർ ഇന്ദുഗോപൻ

ശവപ്പെട്ടിയുടെ അവസ്ഥയാണ് മലയാളത്തിലെ ബാല സാഹിത്യത്തിന്റേത്. മിക്കവാറും മുതിർന്നവരാണ് എഴുത്തുകാർ. ആ നിലയ്ക്ക് അതുണ്ടാക്കുന്നവരല്ല അത് ഉപയോഗിക്കുന്നത് അഥവാ വായിക്കുന്നത്. വായിക്കുന്നവർ അതുണ്ടാക്കുന്നതുമില്ല. എപ്പടി?

മുൻനിര എഴുത്തുകാർക്ക് ബാലസാഹിത്യമുണ്ടാക്കുന്നത് ഇപ്പോഴും കുറച്ചിലാണ്. സത്യത്തിൽ അത് എളുപ്പപ്പണിയല്ല. സമകാലിക രാഷ്ട്രീയമോ ക്രാഫ്ടോ കുത്തിനിറച്ച് തരികിടകൾ നടപ്പില്ല. നിഷ്കളങ്കരായ കുട്ടികൾ ഇഷ്ടപ്പെട്ടില്ലെങ്കിൽ കളഞ്ഞിട്ടു പോകും. അവർക്ക് അജൻഡകളുമില്ല. പിന്നെ ചെയ്യാവുന്നത് ബാലസാഹിത്യമെഴുത്ത് 'പിള്ളേരുകളി'യെന്ന് ആക്ഷേപിക്കലാണ്.

മറ്റൊന്നുണ്ട്. നമ്മൾ മുതിർന്നു പോയി. കുട്ടികൾക്കായി എഴുതണമെങ്കിൽ, നമ്മുടെ ഉള്ളിലെ കുട്ടിത്തം, നിഷ്കളങ്കത തിരിച്ചു പിടിക്കേണ്ടി വരും.. ആകാശത്തേയ്ക്ക് പോകുന്ന റോക്കറ്റ് ഘട്ടം ഘട്ടമായി അനാവശ്യ ഭാഗങ്ങൾ ഉപേക്ഷിക്കുന്നതു പോലെ 'ഈഗോ' കുറയ്ക്കേണ്ടതുണ്ട്. എല്ലാത്തിനുപരി നമ്മുടെ എഴുത്തിൽ പരക്കെ നന്മകൾ വേണം. അതിനെ തിരിച്ചു പിടിക്കുക എളുപ്പമല്ല. പ്രത്യേകിച്ച് നമ്മൾ ലോകൈകസാഹിത്യ

കാരന്മാരാണെന്ന് ധരിച്ച് വശായിരിക്കുമ്പോൾ.

ബാലസാഹിത്യം മഹാലളിതമാകണം. പക്ഷേ, ഏറ്റവും ലളിതവും നിഷ്കളങ്കവുമായത് ഉണ്ടാക്കുന്നതാണ് ഏറ്റവും കഠിനം. അതിന് നല്ല ശ്രദ്ധ വേണം. കുട്ടികളുടെ മനസ്സിലേയ്ക്ക് പരകായപ്രവേശംവേണം. നമ്മളൊക്കെ 'കുഞ്ഞുണ്ണി'കൾ ആകണം. അതു കൊണ്ട് മുതിർന്നവർക്കായി എഴുതുന്നതാണ് നല്ലത്. തള്ളയെ തല്ലിയാലും രണ്ടു പക്ഷമെന്നു പറയുന്നതുപോലെ, ലോകത്തിലെ ഏറ്റവും ബോറൻ കഥയെഴുതിയാലും അതിനെ കെട്ടിയെഴുന്നള്ളിക്കാൻ കുറച്ചു പേരുണ്ടാകും. അതൊന്നും ബാലസാഹിത്യത്തിൽ നടപ്പുള്ള കാര്യമല്ല.

മിക്കവാറും പന്ത്രണ്ട് പതിനഞ്ച് വയസ്സുകാർക്കുള്ളവർക്ക് ചമയ്ക്കുന്നതാണ് നമ്മുടെ ബാലസാഹിത്യം. കാലത്തിന്റെ മാറ്റം പെട്ടെന്നാണുണ്ടായത്. ആ പ്രായത്തിലുള്ള കുട്ടികൾക്ക് മധ്യപ്രായത്തിലെത്തിയ എന്റെ തലമുറ എഴുതുന്നത് ഇമ്പമായി വരും എന്ന് കരുതാനാവില്ല. ഇലക്ട്രോണിക് ഉപകരണങ്ങളാണ് പുതിയ തലമുറ കുഞ്ഞുങ്ങൾ കൈകാര്യം ചെയ്യുന്നത്. സദാ, അവരുടെ ശ്രദ്ധ ആകർഷിക്കാൻ ദൃശ്യവിസ്മയങ്ങൾ വിരൽത്തുമ്പിലുണ്ട്. ഞങ്ങളുടെയൊക്കെ കുട്ടിക്കാലത്തെ നിഷ്കളങ്കതകൾ ഓർത്ത് എഴുതി വയ്ക്കുന്നത് ഇന്നത്തെ ആ പ്രായത്തിലുള്ളവർക്ക് ദഹിക്കുമോ എന്ന് ഒരുറപ്പുമില്ല. കാടുകേടി കറങ്ങി നടന്ന ഞങ്ങളുടെ തലമുറയുടെ ഭാവനയുടെ പ്രതലമല്ല, അഞ്ചാറു വയസ്സിൽ തന്നെ, സ്മാർട്ട് ഫോൺ കൈകാര്യം ചെയ്യുന്ന കുട്ടികളുടെ മനസ്സ്. സ്വയം ഒതുങ്ങിക്കൂടി ഒറ്റയ്ക്കൊരു അദ്ഭുതമുണ്ടാക്കാൻ ലക്ഷ്യമിടുന്ന തലമുറയാണത്. അവർ മോശക്കാരല്ല. പ്രായത്തിന് മേൽ കഴിവുമുണ്ട്. പുതിയ കാലത്തു നിന്നുള്ള പഴയ മരങ്ങൾ, ചെടികൾ, കിളികൾ, ദാരിദ്ര്യം, ജീവിതം ഒന്നും അവരോട് പറയാനാവില്ല. അവരുടെ ഭാവനാപരിസരം വേറെയായി മാറിയിരിക്കുന്നു.

ഇങ്ങനെയൊക്കെയുള്ള ആകുലതകളിൽ നിന്നാണ് ഞാൻ എസ് ആർ ലാലിന്റെ *കുഞ്ഞുണ്ണിയുടെ യാത്രാപുസ്തക*ത്തിന്റെ കയ്യെഴുത്തുപ്രതിയും പിന്നീട് പുസ്തകവും വായിക്കുന്നത്.

സത്യത്തിൽ പല സംശയങ്ങൾക്കും നിവൃത്തിയായി. അവ ഇങ്ങനെയാണ്:

ഭാവനയ്ക്ക് തലമുറയില്ല. ചില പേരും കാലവും പ്രസക്തമല്ല. ഒരു മുറിയിൽ അടച്ചിട്ടു വളർത്തിയ കുട്ടിയാണെങ്കിലും അതിന് സ്വന്തം ഭൂപ്രകൃതിയുള്ള അദ്ഭുതലോകം ഭാവന കൊള്ളാൻ ശേഷിയുണ്ട്. കാലത്തിനും തലമുറകൾക്കും അപ്പുറത്തേയ്ക്ക് നമ്മൾ സ്വയം വിസ്മരിച്ച് ലയിച്ചു നീങ്ങും. അതിനുള്ള അടിസ്ഥാന ഉരുപ്പടി ഉണ്ടാകണം. അത് ഒരു ടൈം മെഷീൻ പോലെ സൂക്ഷ്മമാകണം. നല്ലൊരു പുസ്തകത്തിൽ അലിയുക എന്നതിനർഥം നമ്മൾ പ്രപഞ്ചത്തിലാണ് ലയിക്കുന്നത് എന്നാണ്. നമുക്ക് പിന്നെ പ്രായമില്ല, കാലമില്ല. അറിവുകളും പരിമിതിയുമെല്ലാം അപ്രസക്തമാകും.

പ്രായത്തിന് മേലൊക്കെ അപ്പുറം സകലർക്കും ആസ്വദിക്കാൻ പറ്റുന്നൊരു മാജിക് ഒരു പുസ്തകത്തിൽ വന്നിരിക്കുക എന്നത് അനുഗ്രഹമാണ്. വന്നിരിക്കുക എന്നതിനർഥം ഒരു പൂമ്പാറ്റ അതിന്റെ ഇമ്പമനുസരിച്ച്, പാറി വന്ന്, ഭൂമിയിലെ കാട്ടിലെ പടർപ്പിലോ മറഞ്ഞു നിൽക്കുന്ന അപൂർവമായ അതിന്റെ മാതൃവൃക്ഷം തേടി പിടിച്ച് വന്നിരിക്കുന്നത് പോലെയാണ്.

കാട്ടിൽ ഒറ്റപ്പെട്ട് നിൽക്കുന്ന ഒരു ചെടിക്കും, അതിന്റെ ഇല തിന്ന്, അതിന്റെ പൂന്തേനുണ്ണുന്ന ഒരു ശലഭമുണ്ട്. അത് തേടിപ്പിടിച്ച് ചെന്നിരിക്കുന്നതിന്റെ പ്രകൃതിപ്രതിഭാസം പോലെ ഏത് രചനയിലും ഈ വന്നിരിക്കലുണ്ട്. ആ അനുഗ്രഹം ഈ പുസ്തകത്തിന് സ്വാഭാവികമായി കിട്ടിയെന്നത് വലിയ ഭാഗ്യമാണ്. അപ്പോൾ എഴുത്തുകാരന് അതിൽ പങ്കില്ലേ? തീർച്ചയായുമുണ്ട്. കുട്ടികളുടെ ഹൃദയവികാരങ്ങൾ പുസ്തകമാകുമ്പോൾ ആ നിഷ്കളങ്കത എഴുത്തുകാരന് വേണം. അദ്ദേഹത്തിൽ നിന്നൊരു കുട്ടി ഇറങ്ങി വരണം. കുറച്ച് കുറുമ്പും, സ്നേഹവും അനുസരണയും താന്തോന്നിത്തരവും ധൈര്യവുമെല്ലാമുള്ള കുട്ടി. അങ്ങനെ ഇറങ്ങി വരാൻ ലാലിന് കഴിഞ്ഞു. അതിന്റെ ആനന്ദം ഈ പുസ്തകത്തിൽ തുളുമ്പുന്നുണ്ട്.

പ്രപഞ്ചത്തിന്റെ ലീലകൾ ന്യായമായും അന്യായമായും അദ്ഭുതമായും അനുഭൂതിയായും അതിക്രമമായും വരുന്നതാണ് കുട്ടികളുടെ ലോകം. തിയറി അല്ല അത്. സ്വയം ഉരുത്തിരിഞ്ഞ് ഇറങ്ങിവരണം. *കുഞ്ഞുണ്ണിയുടെ യാത്രാപുസ്തകത്തിൽ* നോക്കൂ...

ഇതിൽ പട്ടികൾ സംസാരിക്കുന്നുണ്ട്. എന്തിന് നായകനായ ജീവന്റെ ബാഗിലിരുന്ന് പുസ്തകത്തിലെ ഡ്രാക്കുള വരെ സംസാരിക്കുന്നുണ്ട്. മിണ്ടാതിരിക്ക്, എടാ ഡ്രാക്കുളേ എന്നാണ് ജീവൻ വിളിക്കുന്നത്. കുട്ടിയുടെ ഒരു സമഭാവനയാണത്. ഏതു ദുഷ്പ്രഭുവിലും അത് വിളങ്ങും. ഒന്നിച്ച് പള്ളിക്കൂടത്തിൽ പഠിക്കുന്നവർ വളർന്ന്, കൃഷ്ണനായാലും കുചേലനായാലും ഒരു പാരസ്പര്യം നിലനിൽക്കുന്നത് ഈ നിഷ്കളങ്കത മനുഷ്യരിൽ മരിക്കുന്നില്ല എന്നതു കൊണ്ടാണ്. അത് മറഞ്ഞു കിടക്കും; മൂടിപ്പോകും. ഇല്ലാതാകില്ല. ഈ മനഃശാസ്ത്രം ഈ പുസ്തകത്തിന്റെ ആരംഭത്തിൽ തന്നെ ലാൽ കണ്ടെത്തി. നായ്ക്കളായ ഷെർഷയും കൈസറും ജീവനുമായി സംസാരിക്കുന്നുണ്ടെന്നല്ല, ഇടപെടുന്നുണ്ട്. ഷെർഷയുടെ വാലിൽ പടക്കം കൊളുത്തിവിട്ടപ്പോൾ കൈസർ പരിഭവത്തോടെ ജീവനെ വഴക്കു പറയുന്നുണ്ട്: ഇങ്ങനെ കാണിക്കാൻ പാടില്ലായിരുന്നു.

നിഷ്കളങ്കമായി തുടക്കമിടാൻ അനുഗ്രഹിക്കപ്പെട്ട പുസ്തകമെന്നതിനർഥം, അതിന്റെ ഭാഗധേയം ഉടനീളം നേരത്തെ നിർണയിക്കപ്പെടുന്നു എന്നാണ്. അതിൽ എഴുത്തുകാരന്റെ ഭാഗ്യമുണ്ട്. എഴുത്തിന്റെ ദൈവം കൂടെവന്നിരിക്കുന്നു എന്നർഥം.

സച്ചിനും ജീവനും തമ്മിലുള്ള സ്നേഹവും അവരുടെ അനാഥത്വവും വഴി വായനക്കാരുടെ ഹൃദയം ആദ്യ പേജുകളിൽ തന്നെ കയ്യിലെടുക്കാൻ ലാലിനായി. അക്ഷരങ്ങളിൽ മെല്ലെ ഒഴുകി ഒഴുകി വായനക്കാരൻ സ്വയം ലയിക്കുന്ന ഒരു അന്തരീക്ഷമല്ല, ലാൽ ഇവിടെ സ്വീകരിച്ചത്. ആരംഭത്തിൽ അൽപമൊന്ന് നിന്ന് പിടിച്ചിരുത്തിയിട്ട് ലാൽ യാത്രയുടെ വേഗം കൂട്ടുന്നു. കാരണം ചെറിയ ധാരയായി ശാന്തമായി ഒഴുകേണ്ട ഒരു യാത്രയല്ല ഇതെന്ന് ലാലിനറിയാം. അത് ഒഴുകി പല ധാര

കളിലൂടെ ഒഴുകി, പല സമുദ്രം താണ്ടിയുള്ള ഒരു ലോക സഞ്ചാരത്തിന്റെ തുടക്കമാണ്. നിന്ന് കളിക്കാൻ നേരമില്ല.

അതേ സമയം, അതൊരു വിറളി പിടിച്ച ഓട്ടമല്ല. നർമസുന്ദരമായ ഒരു വേഗത്തിലുള്ള നടപ്പാണ്. ഡ്രാക്കുള വായിച്ച് ജീവൻ പേടിച്ചപ്പോൾ, 'പേടിയാണേപ്പിന്നെ ഈ നശിച്ചത് വായിക്കുന്നതെന്തിനാടാ..' എന്നു ചോദിക്കുന്ന സച്ചിൻ.. ജീവൻ അലറി വിളിച്ച് ഓടി വന്നപ്പോൾ ഉറക്കഭ്രാന്തനായ സച്ചിൻ മാത്രമേ ഉണരാത്തതായുള്ളൂ. വിളിച്ചുണർത്തിയപ്പോൾ സച്ചിൻ പ്രതികരിച്ചു അവൻ പേടിച്ചു കാണും. അത്ര തന്നെ. സ്വാഭാവികമായി ഊറി വരുന്നതാണ് കുട്ടികളുടെ നർമം. മുതിർന്നവരിലും സത്യസന്ധമാണത്.

മറ്റൊന്ന് നന്മയുടെ ഒരു ശക്തിയാണ്. ആബേലച്ചൻ, കുഞ്ഞുണ്ണി തുടങ്ങി നന്മയിലൂന്നി നിൽക്കുന്നവർക്ക് നല്ല ശക്തി നോവലിസ്റ്റ് നൽകുന്നു. വായനക്കാരനുള്ളിലെ കുട്ടിയുടെ പിഞ്ചുമനസ്സിനറിയാം, ഏതു പ്രതിസന്ധിയിലും നായകനായ ജീവന് താങ്ങും തുണയുമായി ചിലരൊക്കെ ഉണ്ടാകുമെന്ന്. അവന് സ്നേഹിക്കാൻ ചിലരുണ്ടെന്ന ധൈര്യപ്പെടുത്തലാണത്. അതിലൂടെ ഓരോ വായനക്കാരിലെയും കുട്ടിയെയും ലാൽ ധൈര്യപ്പെടുത്തുകയാണ് ചെയ്യുന്നത്.

ചെറിയൊരു 'ഒളിച്ചോട്ടം' നടത്തിയിട്ടും ആബേലച്ചന് ജീവനിൽ വിശ്വാസമുണ്ട്. അവൻ നല്ല കുട്ടിയെന്ന കാര്യത്തിൽ അച്ചന് ഒരിക്കലും സംശയമില്ല. എന്നിട്ടും കൂട്ടുകാരനായ സച്ചിനെയാണ് ഒരു ദമ്പതികൾ അമേരിക്കയ്ക്ക് ദത്തെടുക്കുന്നത്. ജീവന്റെ നൊമ്പരം അങ്ങനെ വായനക്കാരുടെയും വേദനയാകുന്നു. ഇതിനിടയിൽ കൂട്ടുകാരൻ കമലിന്റെ അമ്മൂമ്മ മരിക്കുന്നു. കൂട്ടുകാരൻ ഷെർഷ എന്ന നായ വണ്ടിയിടിച്ചു മരിക്കുന്നു. ജീവന്റെ കുഞ്ഞുജീവിതത്തിൽ പല പല നൊമ്പരങ്ങളുണ്ടാകുന്നുണ്ട്. പക്ഷേ, അവൻ അതിനെ അതിജീവിക്കുന്നു. പകരമൊരു മുടന്തൻ പട്ടിയെ കൊണ്ടുവരുന്നു. ജീവന്റെ നല്ല മനസ്സിന് ദൃഷ്ടാന്തമാണത്. മനുഷ്യൻ പ്രതീക്ഷകളിലൂടെ സ്വയം ഉരുത്തിരിയുന്നതിന്റെ മനഃശാസ്ത്രം ഇവിടെയുണ്ട്. ശേഷം

ടോമിയെന്ന് പേരിട്ട ആ പട്ടിക്കുട്ടിയും കൈസറും തമ്മിലുള്ള സൗഹൃദവും തമാശയും പങ്കുവയ്ക്കുന്നു. സമാന്തരമായി മനുഷ്യരുടേതല്ലാത്ത ഒരു കഥയും മുന്നോട്ടു കൊണ്ടു പോകാൻ ലാൽ ശ്രദ്ധിക്കുന്നു. പുതുതായി വരുന്ന കാവൽക്കാരനായ കുഞ്ഞുണ്ണിയമ്മാവൻ ഒരു മായാവിയാണെന്ന സംശയം ജീവനോട് പറയുന്നത് ടോമിയെന്ന നായാണ്. അതിന്റെ ഒരു ഭയപ്പാടിലാണ് ഒരു അദ്ധ്യായം തന്നെ മുന്നോട്ടു നീങ്ങുന്നത്. കുഞ്ഞുണ്ണിയമ്മാവന് പല കഴിവുണ്ട്. അദ്ദേഹം കാക്കകളെയും വവ്വാലിനെയും വിളിച്ചു വരുത്തുന്നു. ഇങ്ങനെയൊരു മാജിക് സൃഷ്ടിച്ചെടുത്തിട്ടാണ് ലാൽ നോവലിന്റെ തുടർന്നുള്ള ഭാഗത്തെ മാന്ത്രികതയെ വായനക്കാരന് സ്വാഭാവികമായി അനുഭവവേദ്യമാക്കുന്നത്.

ശേഷം നമ്മൾ ഭയപ്പാടോടെ സംശയിച്ച് നോക്കിയ കുഞ്ഞുണ്ണിയമ്മാവൻ നോവലിന്റെ നായകപദവിയിലേക്ക് ഉയരുന്നതും, അതു വരെ നായകനായിരുന്ന ജീവൻ ശാന്തമായി ഒതുങ്ങിമാറുന്നതുമായ മാന്ത്രികകാഴ്ച നാം കാണുന്നു. വൃദ്ധനായി നോവലിലെത്തുന്ന ഒരു മനുഷ്യൻ ഒരു കുട്ടിയായി മാറുന്നു. ഇതാണ് നോവലിസ്റ്റിന്റെ അപൂർവസുന്ദരമായ കയ്യടക്കം.

ഇനി പഴയകാലമാണ്. കുട്ടികൾ പഠിക്കാതിരിക്കാൻ സ്വന്തം സ്കൂൾ കത്തിച്ചു കളയുന്ന ശർമ എന്ന ദുഷ്ടൻ കഥാപാത്രം രംഗത്തു വരുന്നു. പഠിക്കണമെന്ന് ആശയുള്ള കുഞ്ഞുണ്ണി പിന്നീട് അമ്മയുടെ വകയിലുള്ള മാമൻ മാർത്താണ്ഡനെ അന്വേഷിച്ച് മണിമല കൊട്ടാരത്തിലേക്ക് പോകുന്നു. അത് മാർത്താണ്ഡന്റെ മാന്ത്രികക്കോട്ടയാണ്. അവന്റെ ആജ്ഞാനുവർത്തികളാണ് ചുറ്റും. അവന്റെ തടവറയിലായി പോകുന്നു കുഞ്ഞുണ്ണി. എന്നാൽ നിധിയെടുക്കാനുള്ള ചിത്രപുസ്തകം കാണാതാകുന്നതോടെ മാർത്താണ്ഡന്റെ പദ്ധതികൾ അവതാളത്തിലാകുന്നു. ശേഷം ആ ചിത്രപുസ്തകവുമായി സ്ഥലംവിട്ട മാർത്താണ്ഡന്റെ പുത്രൻ വൈശാഖനെ തേടി കുഞ്ഞുണ്ണി നടത്തുന്ന ദീർഘമായ യാത്രയാണ് ഈ നോവൽ. മാർത്താണ്ഡന് കടൽ കടന്നുകൂടാ. അയാളുടെ മാന്ത്രികശക്തി

ക്ഷയിക്കും. അതു കൊണ്ടാണ് കുഞ്ഞുണ്ണിയെ ഉപയോഗിക്കുന്നത്.

ശേഷം ആഫ്രിക്ക വരെ നീളുന്ന യാത്രയെയും ലാൽ വെറുതെ പറഞ്ഞു വയ്ക്കുകയല്ല ചെയ്യുന്നത്. ആദ്യമായി കുഞ്ഞുണ്ണി കയറുന്ന തീവണ്ടിയിൽ പോലും ജീവിതമുണ്ട്. അവിടെ ഒരു കുരങ്ങനെ രക്ഷിച്ചെടുത്ത്, നന്മയിലൂടെ തന്റെ ശക്തികൾ വർധിപ്പിക്കാൻ അവൻ പരിശ്രമിക്കുന്നുണ്ട്.

ബോംബെയിൽ അവനെ സഹായിക്കാൻ ആളെ നിർത്തിയിട്ടുണ്ട്. അവരിലൊക്കെയുമുള്ള നന്മകളിൽ ഊയാലാടിയാണ് കുഞ്ഞുണ്ണി കടൽ കടക്കുന്നത്. ബ്രഹ്മാണ്ഡൻ തീക്കപ്പലിൽ പക്ഷേ കുഞ്ഞുണ്ണി 'ജോന' ആയി മാറുന്നു. അതായത് ഒഴിവാക്കപ്പെടേണ്ട വസ്തു. കടൽക്ഷോഭത്തിൽ നിന്ന് രക്ഷപെടാൻ അവനെ കടലിലെറിയുകയല്ലാതെ മാർഗമില്ലെന്ന് ക്യാപ്റ്റൻ വിചാരിക്കുന്നു. പക്ഷേ വിധി ആ അവസരത്തെ ഒരുപാധിയാക്കി മാറ്റുകയാണ് ചെയ്യുന്നത്. അദ്ഭുതകരമായി ആ കുട്ടി രക്ഷപെടുന്നു. മറ്റൊരു യാത്രാക്കപ്പൽ അവനെ ലക്ഷ്യത്തിലെത്തിക്കുന്നു. ശേഷമുള്ള ജീവിതം വിശ്വസനീയമായ ഒരു ക്ലാസിക് ഹോളിവുഡ് സിനിമയുടെ മട്ടിലേക്കാണ് നീങ്ങുന്നത്.

ഒരു തോട്ടത്തിൽ പണിക്കാരനായി നിൽക്കുന്ന കുഞ്ഞുണ്ണിയുടെ മുറിയിൽ ഒരു സിംഹം എത്തുന്നു. അതിനെ വെടിവെച്ച് അവൻ കൊല്ലുന്നു. ശേഷം തോട്ടത്തിലെ കാപ്പിരി പയ്യൻ രാമങ്കോലെയുടെ ദേഹത്തെ ബാധ കുഞ്ഞുണ്ണി ഒഴിപ്പിക്കുന്നു. അവന്റെ സഹായത്തോടെ കുഞ്ഞുണ്ണി തോട്ടത്തിൽ നിന്ന് രക്ഷപെടുന്നു. കെനിയയിൽ വച്ച് അവൻ എസ്. കെ. പൊറ്റെക്കാട്ടിനെ കണ്ടുമുട്ടുമ്പോൾ കഥയ്ക്ക് ചരിത്രപരമായ യുക്തികൾ കൈവരുന്നു.

ശേഷം മനമ്പാടി എന്ന മന്ത്രവാദിയുടെ സഹായത്തോടെ കുഞ്ഞുണ്ണി വൈശാഖനുള്ള കോംഗോയിലെത്തുന്നു. യാത്രയിലുടനീളം ലാൽ, പ്രദേശങ്ങളെ സവിശേഷമായ പഠിച്ച പാഠങ്ങളെ മുഴച്ചു നിൽക്കാത്ത രീതിയിൽ ഉപയോഗിക്കുന്നു. കുഞ്ഞുപാഠങ്ങൾ നൽകുന്നു. കാട്ടിൽ കുഞ്ഞുങ്ങളുടെ കരച്ചിൽ കേൾക്കുമ്പോൾ കുള്ളന്മാരായ ബൊനോബോ ചിമ്പാൻസികളുടെ

കരച്ചിൽ കുഞ്ഞുങ്ങളുടേതുപോലെയാണെന്ന മനമ്പാടിയുടെ പറച്ചിലുകൾ പുത്തൻ അറിവുകളാണ്. ഒടുവിൽ വൈശാഖനെ കണ്ട് തിരിച്ചെത്തുന്നതു വരെയുള്ള കാട്ടുസഞ്ചാരങ്ങളെ വിശ്വസനീയമായി ലാൽ അവതരിപ്പിക്കുന്നു.

ലക്ഷ്യത്തിലെത്തിച്ച് മനമ്പാടി മരിക്കുന്നു. കുഞ്ഞുണ്ണി യാത്ര തുടരുന്നു. വൈശാഖനെ കണ്ടുമുട്ടുന്നു. ചിത്രപുസ്തകം ഓർമയിൽ നിന്ന് വൈശാഖൻ പറഞ്ഞു കൊടുക്കുന്നു. തന്നെ രക്ഷിച്ച രാമങ്കോലെയെ വഴിയിൽ കണ്ടെത്തുന്നു. അവന് 'വ്യൂ ഓഫ് കെനിയ' ഹോട്ടലിൽ പണി വാങ്ങിച്ചു കൊടുക്കാനുള്ള സന്മനസ് കുഞ്ഞുണ്ണി കാണിക്കുന്നു. രണ്ടുവർഷത്തിനു ശേഷം തിരിച്ചെത്തുന്ന കുഞ്ഞുണ്ണിയെ അമ്മ കാണുന്നു. തിരികെ മണിമല കൊട്ടാരത്തിലേയ്ക്ക് ചെന്നെത്തുന്നുവെങ്കിലും മാർത്താണ്ഡന്റെ പ്രഭാവവും മായാജാലങ്ങളും അയാളു തന്നെയും അപ്രത്യക്ഷമായിരുന്നു.

കുഞ്ഞുണ്ണി നിധി എടുക്കുന്നില്ല. ആവശ്യത്തിലേറെ പണം മനുഷ്യനെ സ്വാർത്ഥനാക്കുമെന്ന് കരുതി, അവൻ ആ നിധി എന്നെങ്കിലും വരുന്ന വൈശാഖനു വേണ്ടി ഉപേക്ഷിക്കുന്നു. ആ നിധി എത്രയുണ്ടാകും. ആ സ്വപ്നം പിന്നീട് കഥയിലേയ്ക്ക് നായകനായി തിരിച്ചുവരുന്ന ജീവനാണ് കാണുന്നത്. മരതകം, വൈഡൂര്യം..

കൂടുതൽ വിവരങ്ങൾ ചോദിക്കാൻ കുഞ്ഞുണ്ണിയമ്മാവൻ ഉണ്ടായിരുന്നില്ല.. അദ്ദേഹത്തിന്റെ മുറി ശൂന്യമായിരുന്നു. അദ്ദേഹത്തെ അന്വേഷിച്ച് ചെറിയൊരു യാത്ര ജീവനും നടത്തുന്നു. എല്ലാം അച്ഛന്റെ ഭാവനയായിരുന്നുവെന്നാണ് കുഞ്ഞുണ്ണിയുടെ മകൻ പറയുന്നത്. സഞ്ചാര സാഹിത്യ പുസ്തകങ്ങൾ വായിച്ചുള്ള ഭാവനാലോകമാണ്, കൊച്ചുകൂട്ടുകാരെ ഇഷ്ടപ്പെടുന്ന കുഞ്ഞുണ്ണിയമ്മാവന് ആകെ ഉണ്ടായിരുന്നതെന്നാണ് അദ്ദേഹത്തിന്റെ മകൻ പറഞ്ഞു കൊടുക്കുന്നത്. ഇവിടെ ലാൽ ചെയ്യുന്ന സത്യസന്ധത എടുത്തുപറയേണ്ടതുണ്ട്. ഭാവനയുടെ വല്ലാത്തൊരു ലോകം കൊടുത്ത് വിസ്മയിച്ച് ഉത്തരങ്ങൾ അവശേഷിപ്പിക്കാതെ തിരിച്ചു പോവുകയല്ല

നോവലിസ്റ്റ് ചെയ്യുന്നത്. അവരുടെ മനസ്സിനെ ശാന്തമാക്കി ആശ്വസിപ്പിക്കുകയാണ് ലാൽ ചെയ്യുന്നത്. ഭാവനയുടെ അദ്ഭുതലോകം മാത്രമാണെന്ന് തെല്ലൊരു നൊമ്പരത്തോടെ യെങ്കിലും ലാൽ വായനക്കാരെ മനസ്സിലാക്കുന്നു. ഇത്തരം കാര്യങ്ങളിലെത്താൻ നോവലിസ്റ്റിനും അപാരമായ നിർമലത വേണം. സ്വന്തം നോവലിന്റെ ക്ലൈമാക്സ് സത്യം പറഞ്ഞാൽ പൊടിഞ്ഞു വീഴുമെന്ന മൗഢ്യം ലാലിനില്ല. അത് എഴുത്തിലുള്ള അപാരമായ വിശ്വാസമാണ്. പ്രകടമായല്ല, അന്തർലീനമാ യിരിക്കുന്ന ഒന്ന്.

ജീവൻ, ഭാവനയുടെ ഉൽസവങ്ങൾ കണ്ട്, ഒടുവിൽ ഒരു എഴുത്തുകാരനായി മാറുന്നതാണ് നോവലിന്റെ പരിസമാപ്തി. ഉദ്വേഗപൂർണ്ണമായി ആകാശത്തോളം ഉയരെ, വേഗത്തിൽ പാറിയ ഒരു ഭാവനാവിമാനം വളരെ ശാന്തമായി, ഒരു മിടുക്കൻ പൈലറ്റിന്റെ വൈദഗ്ധ്യത്തോടെ താഴെയിറക്കുകയാണ് ലാൽ ചെയ്തത്. അപാരസുന്ദരം. നന്ദി ലാൽ.

കുഞ്ഞുണ്ണിയുടെ യാത്രാപുസ്തകം നാടകമാകുമ്പോൾ

ഈ നോവൽ പിന്നീട് നാടകരൂപത്തിലായി. ഇത്രയും വിപുലമായ ഒരു ദൃശ്യരൂപത്തെ എങ്ങനെ ഒരു സ്റ്റേജിലൊതുക്കും എന്നതായിരുന്നു വലിയ കൗതുകം. വെഞ്ഞാറമൂട് രംഗപ്രഭാത് നാടകവേദിയിലൂടെ സംവിധായകരായ അശോക് ശശി മനോഹരമായി അത് സാക്ഷാത്കരിക്കുകയും ചെയ്തു. നോവലിലെ ദൃശ്യവിസ്മയങ്ങളെ കാച്ചിക്കുറുക്കി മനുഷ്യന്റെ ഭാവനയെ ഉദ്ദീപിച്ച് മനോഹരമാക്കുകയാണ് സംവിധായകൻ ചെയ്തത്. 'കുഞ്ഞുണ്ണിയമ്മാവൻ വിളിച്ചാൽ ലോകം തന്നെ ഇറ ങ്ങിവരില്ലേ' എന്നു പറഞ്ഞ് കാക്കകളെയും വവ്വാലുകളെയും വിളിച്ചുവരുത്തുന്ന മാന്ത്രികമായ മുഹൂർത്തങ്ങൾ മനസ്സിൽ തങ്ങിനിൽക്കുന്നതായി. സംക്ഷിപ്തമായി കഥാഗതിയെ മോശമാക്കാതെ, നോവലിനെയും നോവലിസ്റ്റിനെയും എഴുത്തുകാരൻ എന്ന സ്വരൂപത്തെയും ബഹുമാനിച്ചു കൊണ്ട് അശോക് ശശി നാടകം നിറപ്പകിട്ടോടെ, ഓരോ രംഗത്തും

ഉൽസാഹം നിലനിർത്തി അവതിരിപ്പിച്ചു. കുട്ടികൾ നന്നായി അഭിനയിച്ചു. വിഭു പിരപ്പൻകോടിന്റെ കവിതയും കെ.എസ്. ഗീതയുടെ സംഗീതവും അരുണിന്റെ പശ്ചാത്തലസംഗീതവും അനിൽ എസ്. രംഗപ്രഭാതിന്റെ ദീപസംവിധാനവും ഹരികൃഷ്ണന്റെ ഏകോപനവും മികവുറ്റതായി.

കുഞ്ഞുണ്ണിയുടെ യാത്രകളുടെ ദൃശ്യസാധ്യതകൾ ഇനിയും നിലനിൽക്കുകയാണ്. ചലച്ചിത്രത്തിനുള്ള ഒരുപാട് വാതിലുകൾ തുറന്നിട്ട് അത് കാത്തിരിക്കുകയാണ്. കേന്ദ്രസാഹിത്യഅക്കാദമി അവാർഡു പോലെ, ലാലിന് ഒരുപാട് അംഗീകാരങ്ങൾ നേടാനുള്ള സാധ്യതയാണ് ഈ നോവൽ. അതിനുള്ള അനുഗ്രഹം ആ നോവലിന്റെ ഓരോ ഭാഗത്തും, മുന്നോട്ടുള്ള ഓരോ അധ്യായത്തിലും ഭാഗത്തും സുഘടിതമായി കിടപ്പുണ്ട്. കൂടുതൽ ഉയരങ്ങളിലേയ്ക്ക് ലാലിനും പുസ്തകത്തിനും അവസരമുണ്ടാകട്ടെയെന്ന് ആശംസിക്കുന്നു.

അനുബന്ധം 2

നാട്ടുകഥയിലൂടെ......

എസ് ആർ ലാൽ/ഗീതാഞ്ജലി

എഴുത്തിലേക്കുള്ള വരവ്?

പേരെടുത്ത എഴുത്തുകാരൊന്നുമുള്ള നാടല്ല എന്റേത്. പത്തുനാൽപത് വർഷങ്ങൾക്കുമുമ്പുള്ള ഏതൊരു ഗ്രാമത്തെയുംപോലൊന്ന്. വീടിനു ഒരു വശത്തേക്ക് നടന്നാൽ സമീപത്തുകൂടി ചെമ്മൺ പാതയുണ്ട്. മറുവശത്തേക്ക് നടന്നാൽ വയൽ ആണ്. ബസു കിട്ടണമെങ്കിൽ രണ്ടു കിലോമീറ്റർ നടക്കണം. അവിടെയാണ് കോലിയക്കോട് എന്ന ഗ്രാമത്തിലെ സരസ്വതീ മന്ദിരം ഗ്രന്ഥശാല. വലിയ പുസ്തക ശേഖരമൊന്നുമില്ല. എങ്കിലും അന്നത്തെ വായനയെ തൃപ്തിപ്പെടുത്താവുന്ന ധാരാളം പുസ്തകങ്ങൾ ഉണ്ടായിരുന്നു. അക്കാലത്ത് വായന തന്ന ആനന്ദമാണ് എഴുത്തുകാരനാകണമെന്ന ആഗ്രഹത്തിന് കാരണമായതെന്ന് ഇപ്പോൾ തോന്നുന്നുണ്ട്. ബഷീറും പൊറ്റെക്കാട്ടുമൊക്കെയായിരുന്നു ആദ്യകാലത്ത് ആകർഷിച്ച എഴുത്തുകാർ.

താങ്കളുടെ കഥാജീവിതത്തെ കുറിച്ച് പറയാമോ?

യൂണിവേഴ്സിറ്റി കോളെജിലെ ഡിഗ്രി പഠനകാലത്താണ് ആദ്യം കഥ പ്രസിദ്ധീകരിച്ചുവരുന്നത്. യൂണിവേഴ്സിറ്റി കോളെജിലുണ്ടായിരുന്ന സാഹിത്യാന്തരീക്ഷം വലിയരീതിയിൽ എഴു

ത്തിനെ സഹായിച്ചിട്ടുണ്ട്. സാഹിത്യ താൽപര്യമുള്ള ധാരാളം സുഹൃത്തുക്കൾ അവിടുണ്ടായിരുന്നു. അന്നുതന്നെ എഴുത്തുകാരായി പേരെടുത്തവരുമുണ്ടായിരുന്നു. അവർക്കിയിൽ നിന്നാണ് പുതിയ എഴുത്തുകാരെപ്പറ്റിയും പുതിയകാലത്തെ എഴുത്തിനെപ്പറ്റിയുമൊക്കെയുള്ള വിവരങ്ങൾ കിട്ടുന്നത്. എങ്ങനെയാണ് എഴുത്തുകാരനാകുന്നത് എന്നതിനെപ്പറ്റി അപ്പോഴും ധാരണകളൊന്നുമില്ല. 'ഞാൻ എഴുത്തുകാരനായ കഥ' എന്ന രീതിയിലുള്ള പഴയകാല എഴുത്തുകാരുടെ അനുഭവക്കുറിപ്പുകളൊക്കെ വലിയ താൽപര്യത്തോടെ വായിച്ചിരുന്നു. കോളെജിൽ പഠിക്കുന്ന കാലത്ത് എഴുതിയ 'കറുത്ത കസേരകൾ' ആണ് ആദ്യമായി പ്രസിദ്ധീകരിച്ച കഥ. തിരുവനന്തപുരത്തുനിന്നും ഇറങ്ങിയിരുന്ന കഥ മാസികയിലാണ് അത് പ്രസിദ്ധീകരിച്ചുവന്നത്.

'ഭൂമിയിൽ നടക്കുന്നു' ആണ് ആദ്യം പ്രസിദ്ധീകരിച്ച കഥാസമാഹാരം. കടമ്മനിട്ട രാമകൃഷ്ണനായിരുന്നു പുസ്തകം പ്രകാശനം ചെയ്തത്.

കഥയെഴുത്തുകാരനിൽ നിന്ന് ഒരു ബാലസാഹിത്യകൃതിയുടെ സ്രഷ്ടാവാകുക. അത്ര എളുപ്പമുള്ള യാത്രയായിരുന്നോ അത്?

കുട്ടികളോട് പലപ്പോഴും കഥയെക്കുറിച്ച് സംസാരിക്കാൻ അവസരം കിട്ടിയിട്ടുണ്ട്. അവരോട് പറയാൻ കുട്ടികളുടെ കഥകൾ പലപ്പോഴും വായിക്കേണ്ടി വന്നു. പ്രശസ്തമായ അത്തരം കഥകളിലെല്ലാം അവർക്ക് ഇഷ്ടമാകുന്ന ഘടകങ്ങൾ ഒളിച്ചിരിപ്പുണ്ട്. അവ മിക്കവാറും ലോകത്തെവിടെയുമുള്ള കുട്ടികളെ ആകർഷിക്കുന്ന പൊതുഘടകങ്ങളാണ്. സാഹസികത, മാന്ത്രികതയുടെ ലോകം, സഞ്ചാരം, മൃഗങ്ങൾ, നിധിവേട്ട, കാട്, കൊള്ളക്കാർ, അപകടം തരണംചെയ്യൽ തുടങ്ങിയ അനേകം കാര്യങ്ങൾ.

പണ്ടു പറഞ്ഞുകേട്ട ചെറിയൊരു നാട്ടുകഥയിൽ നിന്നാണ് കുഞ്ഞുണ്ണിയുടെ യാത്രാപുസ്തകം രൂപപ്പെടുത്തിയെടുത്തത്. തിരുവിതാംകൂർ രാജാക്കന്മാരുടെ ഒരു ചെറിയ കൊട്ടാരം ഞങ്ങ

ളുടെ സമീപത്തുണ്ട്- മണിമലക്കൊട്ടാരം.. അത് ഇപ്പോഴും അവിടുണ്ട്. മണിമലക്കുന്നിലും സമീപത്തുള്ള മാറാംകുന്നിലും തിരുവിതാംകൂർ രാജാക്കന്മാർ സ്വർണവും രത്നങ്ങളും കുഴിച്ചിട്ടിട്ടുണ്ട്. ടിപ്പുവിന്റെ പടയോട്ടം പേടിച്ചിട്ടാണ് അത് ചെയ്തത്. ചില നിധികുംഭങ്ങൾ ഇപ്പോഴും അവിടെ അവശേഷിക്കുന്നുണ്ട്. അത് കിട്ടിയിട്ടുള്ള ചിലരെപ്പറ്റയുള്ള ഭാവനാപൂർണമായ കഥയും ചിലത് കേട്ടിരുന്നു. ഇതിൽ നിന്നുമാണ് ഈ നോവലിന്റെ അടിസ്ഥാനം രൂപപ്പെടുത്തിയത്.

മണിമലക്കൊട്ടാരത്തിൽ നിധി അന്വേഷിക്കുന്ന ക്രൂരനും അത്യാഗ്രഹിയുമായ മാർത്താണ്ഡനും അയാളുടെ കൈയിൽ അകപ്പെട്ടുപോകുന്ന പതിമൂന്നുകാരനായ കുഞ്ഞുണ്ണിയും. നിധിയുടെ വഴികൾ തേടി കുഞ്ഞുണ്ണിക്ക് ആഫ്രിക്കവരെ നടത്തേണ്ടിവരുന്ന സാഹസികയാത്രയും അവൻ തരണംചെയ്യുന്ന അപകടസരണികളുമൊക്കെയാണ് പുസ്തകത്തിന്റെ കഥാപശ്ചാത്തലം.

താങ്കളുടെ നാടും നാടിന്റെ കഥയും പാരമ്പര്യവും എഴുത്തുകാരനെന്ന നിലയിൽ എങ്ങനെയൊക്കെയാണ് സ്വാധീനം ചെലുത്തിയുട്ടുള്ളത്?

എന്റെ നാടിന്റെ കഥകളാണ് ഞാൻ അധികവും എഴുതിയിട്ടുള്ളത്. നാടിനെക്കുറിച്ച് എഴുതുമ്പോൾ എഴുത്തിൽ ആത്മവിശ്വാസം വർദ്ധിക്കും. ഞാൻ നടന്ന വഴികളിലൂടെ, അവിടുത്തെ വെയിലേറ്റ് നടക്കുന്ന പരിചിതരായ കഥാപാത്രങ്ങളെ അവതരിപ്പിക്കുമ്പോൾ കിട്ടുന്ന ആത്മധൈര്യമാണത്. ലോകം മുഴുവൻ ഓരോ നിമിഷവും ഒരു കഥ നടക്കുന്നുണ്ട്. അത് പകർത്താൻ ആരെങ്കിലും വേണമെന്നു മാത്രം എന്ന പറച്ചിലുണ്ടല്ലോ. കൃഷിക്കാരും സർക്കാർ ജീവനക്കാരും ഇടത്തരം തൊഴിൽ ചെയ്തു ജീവിക്കുന്നവരുമൊക്കെയുള്ള നാടാണ് എന്റേത്. അവരൊക്കെയാണ് ആദ്യകാല കഥകളിലെ മിക്കവാറും കഥാപാത്രങ്ങൾ. അവർക്കുകൂടി മനസ്സിലാകണം എന്ന ഉദ്ദേശ്യത്തോടെയാണ് ഞാൻ എഴുതാറ്. മനപ്പൂർവമായ ദുർഗ്രഹത കഥയിലോ നോവ

ലിലോ കടന്നുകൂടരുതെന്ന അമിതമായ ആഗ്രഹവും എഴുതു മ്പോൾ ഉണ്ടാകാറുണ്ട്. നാടിനെക്കുറിച്ചെഴുതാൻ ഇനിയും എത്രയോ ബാക്കിയുണ്ട്.

സാഹിത്യത്തിലെ മറ്റുശാഖകളെ അപേക്ഷിച്ച് മലയാള ബാല സാഹിത്യം ഇപ്പോഴും ശൈശവ ദിശയിലാണ്. എന്താകും അതിന് കാരണം?

കുട്ടികൾക്കായി എഴുതുന്ന വലിയ എഴുത്തുകാരൊന്നും നമു ക്കില്ല. കുട്ടികൾക്കായുള്ള ഹാരിപോട്ടർ പരമ്പരയിലൂടെ ബ്രിട്ട ണിലെ സമ്പന്നയായിത്തീർന്ന ആളാണ് ജെ.കെ. റൗളിങ്. നാനൂറ് മില്യൻ കോപ്പികളിലധികമാണ് അത് വിറ്റുതീർന്നത്. മറ്റൊന്നും എഴുതി ശരിയായില്ലെങ്കിൽ ഏറ്റവും അവസാനം എഴു താൻ ശ്രമിക്കാവുന്ന ഒന്നാണ് നമുക്ക് ബാലസാഹിത്യം. ഇരു ന്നൂറ് പേജിൽ അധികം വരുന്ന സ്വതന്ത്രമായ ഒരു ബാലസാഹി ത്യകൃതിയും നൂറ്റിത്തൊണ്ണൂറ് വയസ്സ് കഴിഞ്ഞ പോകുന്ന മല യാള ബാലസാഹിത്യത്തിന്റെ ചരിത്രത്തിന് സംഭാവനചെയ്യാനാ യിട്ടില്ല. കാലം മാറ്റിയ കുട്ടികളെ കാണാതെയാണ് ഇപ്പോഴും ഇടുങ്ങിയ വഴിയിലൂടെ തേഞ്ഞുതീർന്ന ചക്രങ്ങളുമായി ബാല സാഹിത്യത്തിന്റെ ചക്കടാവണ്ടി ഏന്തിയും വലിഞ്ഞും സഞ്ചരി ച്ചുകൊണ്ടിരിക്കുന്നത്.

മികച്ച എഴുത്തുകാരെക്കൊണ്ട് സമ്പന്നമാണ് മലയാളം. ഇന്ത്യയിലെ ഏതുഭാഷയോടും കിടപിടിക്കാവുന്ന ഒരു പക്ഷേ മുന്നിൽ നിൽക്കുന്ന കഥാകൃത്തുക്കളും നോവലിസ്റ്റുകളും കവി കളുമുള്ള നാട്. അവിടെ ബാലസാഹിത്യം എഴുതാൻ വേണ്ടി കുറച്ചുപേർ. ഇത്തരത്തിലുള്ള സംവരണം നിലനില്ക്കുന്നു. സംവരണം അവസാനിപ്പിക്കാതെ ഈ രംഗത്ത് ഉണർവുണ്ടാ കില്ല. മികച്ച എഴുത്തുകാർ ബാലസാഹിത്യം ഗൗരവത്തോടെ കൈകാര്യം ചെയ്യുന്ന അന്നു മാത്രമേ ഈ രംഗത്തെ ശൈശവാ വസ്ഥയ്ക്ക് മാറ്റമുണ്ടാകൂ. കുട്ടികളോടുള്ള പ്രതിബദ്ധത എഴു ത്തുകാർ മറക്കാൻ പാടില്ലാത്തതാണ്. എം.ടി. വാസുദേവൻ

നായർ എഴുതിയ മാണിക്യക്കല്ല് എന്ന ശ്രദ്ധേയമായ കൃതിയെ മറക്കാതെയും ബാലസാഹിത്യരംഗത്ത് വിരലിലെണ്ണാവുന്ന ചിലർ നടത്തുന്ന ഉത്തരവാദിത്തപൂർണമായ എഴുത്തിനെ കുറച്ചുകാണാതെയുമാണ് ഈ പറയുന്നത്.

കുട്ടിയായിരുന്ന കാലത്ത് താങ്കൾ വായിച്ച പുസ്തകങ്ങൾ ഏതൊക്കെയായിരുന്നു? ഒരു ബാലസാഹിത്യകാരനായി താങ്കളെ പരുവപ്പെടുത്താൻ അവ സഹായിച്ചിട്ടുണ്ടോ?

അച്ഛൻ പ്രൈമറി സ്കൂൾ അധ്യാപകനായിരുന്നു. സാമാന്യം വലിയൊരു പുസ്തകശേഖരം അക്കാലത്തേ അച്ഛനുണ്ടായിരുന്നു. അതിൽ കുറച്ച് കുട്ടികൾക്കുള്ള പുസ്തകങ്ങളുമുണ്ട്. റഷ്യയിൽ നിന്നുള്ള ബഹുവർണത്തിൽ അച്ചടിച്ച മനോഹരമായ പുസ്തകങ്ങളുടെ ചന്തം ഇപ്പോഴും ഓർക്കുന്നു. ഗ്രിമ്മിന്റെ കഥകൾ, ഈസോപ്പ് കഥകൾ, കഥാസരിത് സാഗരം, ജാതകകഥൾ, അറബിക്കഥകൾ എന്നിവയൊക്കെ ചെറുതിലേ വായിച്ചതാണ്. അതിന്റെ ഇമ്പം മനസ്സിൽ ഇപ്പോഴും അവശേഷിക്കുന്നുമുണ്ട്. പുസ്തം എഴുതുന്നതിനുമുൻപ് കുട്ടികളുടെ പുസ്തകങ്ങളിലൂടെ വീണ്ടും സഞ്ചരിച്ചു. ഭാഷ കുറച്ചുകൂടി ലളിതമാക്കാനും വാക്യങ്ങൾ ചെറുതാക്കാനുമൊക്കെ ഈ പുനർവായന ഉപകരിച്ചു.

കഥാകാരനെന്ന നിലയിൽ കുട്ടികൾക്കുവേണ്ടി എഴുതുമ്പോൾ ഏതെങ്കിലും തരത്തിലുള്ള ബുദ്ധിമുട്ടുകൾ നേരിടേണ്ടിവരാറുണ്ടോ?

കുട്ടികളുടെ ഇപ്പോഴത്തെ ഇഷ്ടങ്ങൾ എന്തൊക്കെയാണെന്നത് വലിയ ചോദ്യമാണ്. പണ്ട് വലിയ മാറ്റങ്ങളൊക്കെ ചുറ്റും സംഭവിക്കുന്നത് അഞ്ചും പത്തും വർഷങ്ങൾ കഴിയുമ്പോഴാണ്. ഇപ്പോൾ അതല്ലല്ലോ. അനുദിനം മാറുന്ന ലോകമാണ്. മാറ്റത്തെ ഏറ്റവും വേഗത്തിൽ പിൻതുടരുന്നത് കുട്ടികളും. അവനുമുന്നിലുള്ള ദൃശ്യങ്ങളുടെ മാസ്മരിക ലോകത്തോട് മൽസരിച്ചേ പുതിയകാലത്ത് കഥപറയാനാകൂ. ദൃശ്യപരതയ്ക്ക് ഊന്നൽ നൽകി

ക്കൊണ്ടാണ് കുഞ്ഞുണ്ണി പൂർത്തീകരിച്ചത്. ഏകദേശം മുന്നൂറ്റി അൻപതോളം പേജുള്ള പുസ്തകമാണിത്. പക്ഷേ ചില കുട്ടികളും മുതിർന്നവരും ഒറ്റയിരുപ്പിന് വായിച്ചുതീർത്തു എന്ന് പറഞ്ഞു കേട്ടപ്പോൾ സന്തോഷംതോന്നി.

കാണാത്ത നാടിനെക്കുറിച്ച്, ആഫ്രിക്കയെക്കുറിച്ച് താങ്കൾ കുഞ്ഞുണ്ണിയുടെ യാത്രാപുസ്തകം പറഞ്ഞിട്ടുണ്ടല്ലോ. എങ്ങനെയാണ് അത് സാധിച്ചത്.

യഥാർഥത്തിൽ കുഞ്ഞുണ്ണി എന്ന മനുഷ്യൻ വരച്ചിടുന്ന ആഫ്രിക്കയുടെ ഭാവനപൂർണമായ സഞ്ചാരമാണിതിലുള്ളത്. എഴുപതുവയസ്സിനുമേൽ പ്രായമുള്ള കുഞ്ഞുണ്ണി, ജീവൻ എന്ന അനാഥബാലനുമുന്നിൽ സൃഷ്ടിക്കുന്ന ഫാന്റസിയുടെ ലോകം. അതെങ്ങനെ അയാൾക്കുകഴിഞ്ഞു എന്നതാണ് കഥയുടെ രഹസ്യം. ഭാവനയിലെ യാത്ര എന്ന നിലയിൽ ഞാനതിനെ കുറച്ചു കണ്ടിട്ടില്ല. എന്തും പറയാവുന്ന ഒന്നാക്കി മാറ്റിയിട്ടില്ല. ഗൂഗിളിലൂടെ ലോകത്തെ ഏതു സ്ഥലവും വിരൽതുമ്പിൽ തെളിഞ്ഞു വരുന്ന ലോകമാണ്. കുഞ്ഞുണ്ണി കടലിലൂടെ നടത്തുന്ന യാത്രകളും ആഫ്രിക്കിലെത്തിയ ശേഷം നടത്തുന്ന നടത്തുന്ന സഞ്ചാരങ്ങളും എത്തിച്ചേരുന്ന സ്ഥലങ്ങളും അതിന്റെ ദൂരങ്ങളും അവിടുത്തെ പ്രകൃതിയുമെല്ലാം വാസ്തവികതയുടെ ലോകത്താണ് നിൽക്കുന്നത്. കുട്ടികളെ കുറച്ചുകാണരുതെന്ന് ആദ്യമേ എനിക്കുണ്ടായിരുന്നു. മറ്റൊരു തരത്തിൽ ഇതൊരു ഇൻഫൊർമേറ്റീവ് നോവൽകൂടിയാണ്.

മലബാറിൽ നിന്നും കെനിയയിൽ ആദ്യകാലത്ത് അധ്യാപകരായിപ്പോയ ചിലരോട് സംസാരിച്ചിരുന്നു. അവരുടെ അനുഭവങ്ങളൊന്നും പുസ്തകത്തിൽ ഇല്ല. പക്ഷേ, അവിടുത്തെ അന്തരീക്ഷത്തെ പുനർസൃഷ്ടിക്കാൻ അവരോടുള്ള സംസാരം ഉപകരിച്ചു. പിന്നെ, യാത്രയുടെ കുലഗുരുവായ എസ്.കെ. പൊറ്റെക്കാടിന്റ *കാപ്പിരികളുടെ നാട്ടിലും, സിംഹഭൂമിയും*. എസ്.കെ.

പൊറ്റെക്കാട്ട് *കുഞ്ഞുണ്ണിയുടെ യാത്രാപുസ്തകത്തിലെ* ഒരു കഥാപാത്രംകൂടിയാണ്.

താങ്കളുടെ വായനയെക്കുറിച്ച്.

ചെയ്തുപോരുന്ന ജോലിയുടെ ഭാഗമായി മലയാളത്തിലിറങ്ങുന്ന പുസ്തകങ്ങളിൽ മിക്കതും മുന്നിലൂടെ കടന്നുപോകാറുണ്ട്. നല്ലതെന്ന അഭിപ്രായം കേൾക്കുന്ന പുസ്തകങ്ങൾ വായിക്കാൻ ശ്രമിക്കാറുണ്ട്. ഫിക്ഷനോടാണ് താൽപര്യം. ചരിത്രമാണ് ഇഷ്ടവിഷയം.

കുട്ടികൾക്കായി എഴുതപ്പെട്ടതിൽ മലയാളത്തിലെ ഏറ്റവും നല്ല സൃഷ്ടിയായി പരിഗണിക്കുന്നത് ഏതിനെയാണ്

പി നരേന്ദ്രനാഥിനെയാണ് ആദ്യം പരിഗണിക്കേണ്ടതെന്ന് തോന്നുന്നു. *കുഞ്ഞിക്കൂനൻ, പങ്ങുണ്ണി, മനസ്സറിയും യന്ത്രം* തുടങ്ങിയ പുസ്തകങ്ങൾ അദ്ദേഹത്തിന്റേതായുണ്ട്. പക്ഷേ, *പറയിപെറ്റ പന്തിരുകുലത്തെ* ഒന്നാമതായി പറയേണ്ടിവരും. കൊട്ടാരത്തിൽ ശങ്കുണ്ണിയുടെ ഐതിഹ്യമാലയിൽ പറയിപെറ്റ പന്തിരുകുലത്തെ പറ്റി ചെറിയ പരാമർശമുണ്ട്. അതിന്റെ വിശദമായ എഴുത്താണ് നരേന്ദ്രനാഥിന്റെ കൃതി. മുപ്പതുവർഷത്തോളം എഴുത്തുകാരൻ ആ കഥയെ പിൻതുടർന്നു, നിരവധി അന്വേഷണങ്ങൾ നടത്തി. അതിനുശേഷമാണ് പറയിപെറ്റ പന്തിരുകുലം എഴുതുന്നത്. ആ പരിശ്രമത്തെ മുൻനിർത്തി നരേന്ദ്രനാഥിന്റെ പറയിപെറ്റ പന്തിരുകുലത്തെ മുൻനിരയിൽ നിർത്താൻ ഞാൻ ആഗ്രഹിക്കുന്നു.

കുട്ടികൾ പുസ്തകങ്ങളിൽ നിന്നും അകലുന്നതായി തോന്നിയിട്ടുണ്ടോ?

കുട്ടികളെ വായനയിൽ നിന്നും ശ്രദ്ധതെറ്റിക്കുന്ന നിരവധി കാര്യങ്ങൾ ചുറ്റുമുണ്ട്. കുട്ടികളെ വായനക്കായി കുറച്ച് ഉൽസാഹിപ്പിച്ചേ മതിയാകൂ. അത് പിന്നീട് അവന്റെ ജീവിതത്തിന്റെ

ഭാഗമായിക്കൊള്ളും. രക്ഷാകർത്താക്കൾ ടി.വി.ക്കുമുന്നിൽ ഇല്ലെങ്കിൽ കമ്പ്യൂട്ടറിനുമുന്നിൽ, അതല്ലെങ്കിൽ മൊബൈൽ ഫോണിൽ, എന്നിട്ട് കുട്ടികളോട് കഥാപുസ്തകം വായിക്കൂ എന്ന ഉപദേശം പ്രായോഗികമാകുമെന്നു തോന്നുന്നില്ല. രക്ഷാകർത്താക്കളും അന്നേരം പുസ്തകം കൈയിലെടുക്കുന്നതാണ് ഉചിതമാകുക.

ബാലസാഹിത്യം വായിക്കുന്ന മുതിർന്നവർ ഉണ്ടാകുമല്ലോ. അവർ എന്തെങ്കിലും നിർദേശങ്ങൾ മുന്നോട്ടുവയ്ക്കാറുണ്ടോ?

കുറച്ചുകൂടി വസ്തുതകളെയും യാഥാർഥ്യത്തെയും കൂടെക്കൂട്ടിയാണ് പുസ്തകങ്ങൾ മുതിർന്നവർ വായിക്കാറ്. കുഞ്ഞുണ്ണിയുടെ യാത്രാപുസ്തകത്തിൽ കൊടിതൂക്കിയ കുന്ന് എന്ന ഒരിടത്ത് പരാമർശിക്കുന്നുണ്ട്. അവിടെ എത്തുന്ന ഒരു അവധൂതനെയും. സ്വാതന്ത്ര്യ സമരകാലത്ത് ബ്രിട്ടീഷുകാർക്കെതിരായ സമരം നടന്ന കല്ലറ പാങ്ങോടിനടുത്തുള്ള സ്ഥലമാണിത്. ഇന്ത്യൻ പതാക അവിടെയുള്ള വലിയ കുന്നിൽ നാട്ടി. കൊടിതൂക്കിയ കുന്ന് എന്ന പേരുവരുന്നത് അതുകൊണ്ടാണ്. അതിനും മുൻപ് അവിടെ ശ്രീനാരായണ ഗുരു കുറച്ചുകാലം തപസ് അനുഷ്ഠിച്ചിരുന്നതായി പറയുന്നു. ഇന്ത്യൻ പതാക നാട്ടിയ വിവരംമാത്രമാണ് എനിക്ക് നോവലെഴുതുമ്പോൾ അറിയാമായിരുന്നത്. (അക്കാര്യങ്ങളൊന്നും നോവലിൽ ഉൾക്കൊള്ളിച്ചിട്ടില്ല) മുതിർന്ന വാനക്കാരിൽ ഒരാളാണ് ശ്രീനാരായണ ഗുരുവിന്റെ കാര്യം എന്നോട് പറഞ്ഞത്.

പുസ്തകം വായിച്ച് മക്കൾ അഭിപ്രായം അറിയിക്കാറുണ്ടോ?

യു പി തലം മുതലുള്ള കുട്ടികളെ ഉദ്ദേശിച്ചാണ് പുസ്തകം എഴുതിയത്. പുസ്തകം എഴുതുന്ന കാലത്ത് ഇത് കുട്ടികൾക്ക് ഇഷ്ടപ്പെടുമോ, ഉൾക്കൊള്ളാനാകുമോ എന്ന ആശങ്ക ഉള്ളിലുണ്ടായിരുന്നു. ഓരോ അദ്ധ്യായവും അന്ന് അഞ്ചാം ക്ലാസിൽ പഠിക്കുന്ന മകൻ താൽപര്യത്തോടെ വായിച്ചു. വൈകിട്ട് ഓഫീ

സിലിരുന്നാണ് മിക്കവാറും എഴുതാറ്. വീട്ടിലെത്തുമ്പോൾ അവൻ അടുത്ത അധ്യായം വായിക്കാനായി താൽപര്യം കാണിച്ചു. ചില കഥാപാത്രങ്ങൾക്ക് എന്താണ് ഇനി സംഭവിക്കാൻ പോകുന്നത് എന്നൊക്കെ ചോദിച്ചിരുന്നു. കുട്ടികൾക്ക് താൽപര്യമുള്ള ചിലത് പുസ്തകത്തിലുണ്ടെന്ന് ആത്മവിശ്വാസം കിട്ടിയത് അവന്റെ വായനയിൽ നിന്നാണ്.

കുടുംബം, ജോലി എന്നിവയെക്കുറിച്ച്?

തിരുവനന്തപുരം ജില്ലയിലെ കോലിയക്കോട്ടാണ് ജനിച്ചത്. ഇപ്പോൾ വെഞ്ഞാറമൂട്ടിൽ താമസിക്കുന്നു. അച്ഛൻ ആർ. സോമശേഖരൻ നായർ, അമ്മ സി എ രേണുകാദേവി. ഭാര്യ ബിലു വി ബി സദാനന്ദപുരം ഗവ.ഹയർസെക്കന്ററി സ്കൂളിൽ അധ്യാപികയാണ്. മക്കൾ ഭരത് ലാൽ, ഭഗത് ലാൽ. രണ്ടുപേരും സ്കൂൾ വിദ്യാർഥികൾ. കേരള സ്റ്റേറ്റ് ലൈബ്രറി കൗൺസിലിന്റെ മുഖപത്രമായ ഗ്രന്ഥാലോകം മാസിയിൽ അസി.എഡിറ്ററായി ജോലി ചെയ്യുന്നു.

(കടപ്പാട് : *മാതൃഭൂമി ഡോട്ട്കോം*)

9 789388 485692

Printed by Libri Plureos GmbH in Hamburg, Germany